AF110557

ഗ്രീൻ ബുക്സ്

ഉറക്കച്ചടവുള്ള ഓർമ്മകൾ

പാട്രിക് മോദിയാനോ

1945 ജൂലൈ 30ന് ഫ്രാൻസിൽ ജനിച്ചു.
നാസി അധിനിവേശക്കാലത്തെ തിക്താനുഭവങ്ങൾ
ഏറ്റുവാങ്ങിയ ഒരു ജൂതകുടുംബമാണ് പാട്രിക്
മോദിയാനോയുടേത്. ഭീകരമായ ഒരു കാലഘട്ടത്തിന്റെ
അധിനിവേശങ്ങളുടെയും ജീവിതസമസ്യകളുടെയും
അനുഭവങ്ങളുടെയും രചനകളാണ് അദ്ദേഹത്തിന്റേത്.
മിസിംഗ് പേഴ്സൺ, ലാക്കോംബെ ലൂസിയെൻ,
നൈറ്റ് റൈഡ്സ്, റിംഗ് റോഡ്സ്, ലാപ്ലാസ്
ഡുലിറ്റ്വായിൽ, ദി അറ്റാക്ക്, ഡാൻസ് ലേ കഫേ
ഡെ ലാ ജൂനെസ് പെർഡ്യു, വില്ലാ ട്രിസ്റ്റ്,
ലീവ്രേഡു ഫാമീൽ, ഇൻജുനെ, ദെസീ ബ്രാവ്
ഗാർസോൺ, കാർചി പെർദു, ഡീമാഷ് ഡൂട്
എന്നിവയാണ് അദ്ദേഹത്തിന്റെ പ്രധാന കൃതികൾ.
2014ൽ സാഹിത്യത്തിനുള്ള നോബൽ പുരസ്കാരം നേടി.
ഓസ്ട്രിയൻ സ്റ്റേറ്റ് പ്രൈസ് ഫോർ യൂറോപ്യൻ ലിറ്ററേച്ചർ,
പ്രീ മോണ്ടിയൽ സിനോ ദെൽ ദൂക, പ്രീ ഗോൺകോർ
തുടങ്ങിയ പുരസ്കാരങ്ങൾ ലഭിച്ചിട്ടുണ്ട്.

പ്രഭാ ആർ. ചാറ്റർജി: ശാസ്ത്രജ്ഞ, വിവർത്തക.
1951ൽ ജനനം. ഇന്ത്യൻ ഇൻസ്റ്റിറ്റ്യൂട്ട് ഓഫ് സയൻസിൽനിന്ന്
രസതന്ത്രത്തിൽ ഡോക്ടറേറ്റ് (1976). ഇന്ത്യയിലും വിദേശങ്ങളിലും
ഗവേഷണവും അദ്ധ്യാപനവും നടത്തിയിട്ടുണ്ട്.

Vasco da Gama's Voyage to India (E.G. Ravenstein),
La BeteHumaine (Emile Zola), The First Man, The Fall,
Myth of Sysyphus, Exile and Kingdom (Albert Camus),
dans le cafe de la jeunesse perdue, la place de l'etoile,
pour que tu ne te perdes pas dans le quartier (Patrick Modiano),
les sirenes de bagdad (Yasmina Khadra), rèvolution
dans la rèvolution? (regis debray), Malentendu à Moscou
എന്നീ കൃതികൾ മലയാളത്തിലേക്ക് വിവർത്തനം ചെയ്തിട്ടുണ്ട്.

ഗ്രീൻ ബുക്സ് പ്രസിദ്ധീകരിച്ച മോദിയാനോയുടെ ഇതര കൃതികൾ

നക്ഷത്രക്കവല
വഴിയോരക്കഫേയിലെ പെൺകുട്ടി
ഈ ചുറ്റുവട്ടത്ത് നിനക്ക് വഴി തെറ്റാതിരിക്കാൻ
ഡോറാ ബ്രൂഡർ – ചരിത്രത്തിൽ ഇല്ലാത്തവർ

നോവൽ
ഉറക്കച്ചെടവുള്ള ഓർമ്മകൾ
പാട്രിക് മോദിയാനോ

വിവർത്തനം
പ്രഭാ ആർ. ചാറ്റർജി

ഗ്രീൻ ബുക്സ്

green books private limited
gb building, civil lane road, ayyanthole,
thrissur- 680 003, kerala, ph: +91 487-2381066, 2381039
website: www.greenbooksindia.com
e-mail: info@greenbooksindia.com

original title - french
souvenirs dormants
novel
by
patrick modiano

english
sleep of memory

malayalam
urakkachadavulla ormakal

translated by
prabha r. chatterji

first published february 2020

© editions gallimard, paris, 2017
all rights reserved

the work is published via the
publication assistance programme tagore with the
support of institut francais en inde ambassade de france
in inde and the institut francais de paris

branches:
thrissur 0487-2422515
thiruvananthapuram 0471-2335301
calicut 0495 4854662
enakulam 8589095302

isbn : 978-93-89671-26-1

no part of this publication may be reproduced,
or transmitted in any form or by any means,
without prior written permission of the publisher.

GBPL/1135/2020

മുഖക്കുറി

മലയാളസാഹിത്യത്തിന്റെ ലോക ക്ലാസ്സിക് ശേഖരത്തിലേക്ക് ഒരു മോദിയാനോ പുസ്തകം കൂടി. കലാപരമായ ഓർമ്മകളുടെ വിന്യാസത്തിനാണ് നോബൽ സമ്മാനം അദ്ദേഹത്തെ തേടിയെത്തിയത്. ഇതാ വീണ്ടും ജീവിതത്തിന്റെ നിഗൂഢതകൾ തുറന്നു വെയ്ക്കുന്ന പാരീസ് നഗരം.

കൃഷ്ണദാസ്
മാനേജിങ് എഡിറ്റർ

പാട്രിക് മോദിയാനോ

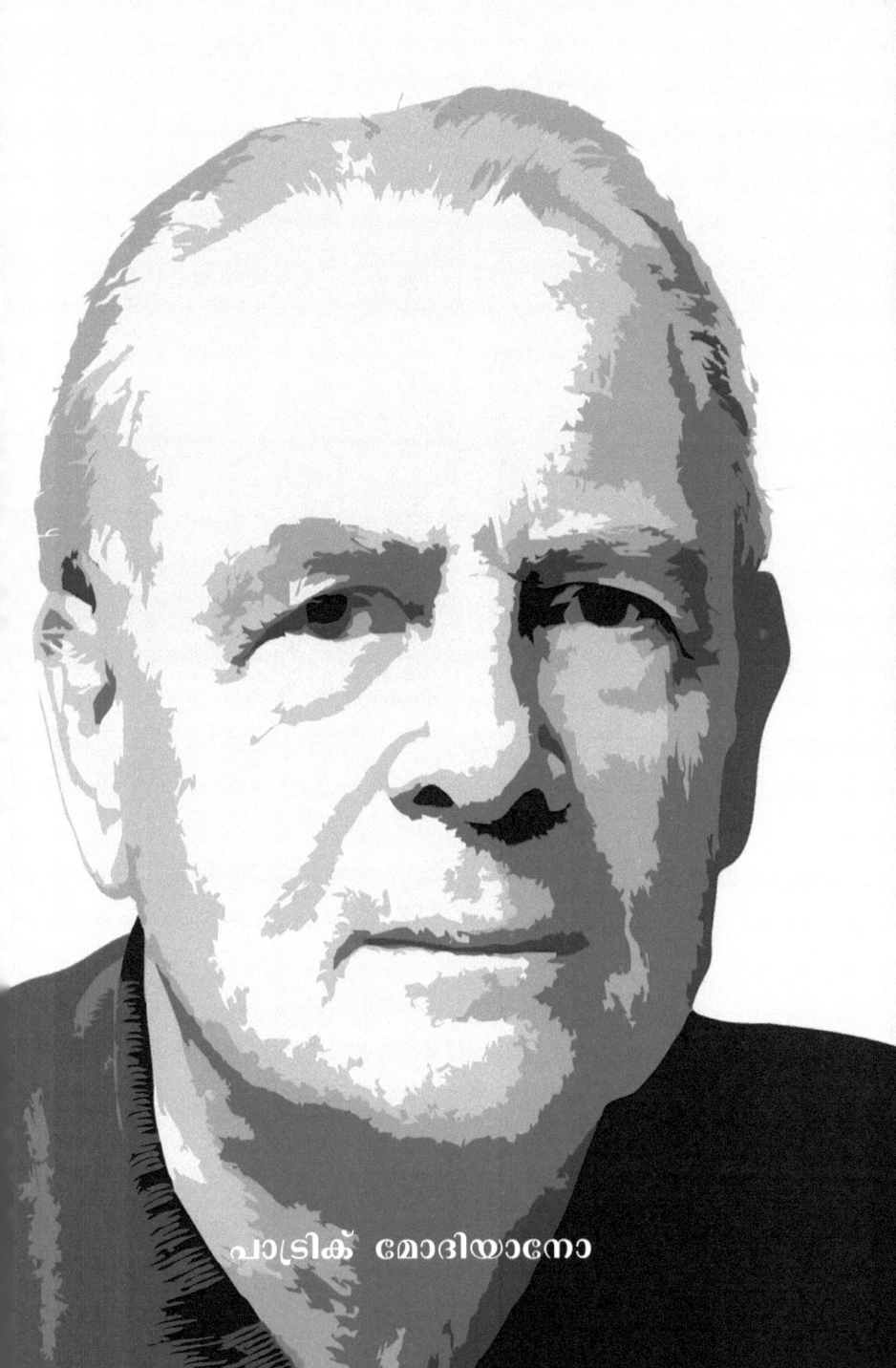

1

ജെട്ടിയിലെ പുസ്തകക്കടയിൽ വെച്ചാണ് ആ പുസ്തകം എന്റെ ശ്രദ്ധയിൽ പെട്ടത്. 'യാദൃച്ഛികമായ കൂട്ടിമുട്ടലുകൾ'. അങ്ങ് വിദൂരമായ ഭൂതകാലത്തിൽ എനിക്കും അത്തരം അനുഭവങ്ങൾ ഉണ്ടായിട്ടുണ്ട്. അപ്പോഴൊക്കെ എന്നെ വല്ലാത്തൊരു ശൂന്യതാബോധം പിടികൂടുമായിരുന്നു, തല ചുറ്റിപ്പോകും. ഒറ്റയ്ക്കിരിക്കുമ്പോൾ ഒരിക്കലും അനുഭവപ്പെട്ടിട്ടില്ലാത്ത വിധം ശൂന്യതാബോധം. ചില വ്യക്തികളെ ആകസ്മികമായി കണ്ടുമുട്ടുമ്പോൾ മാത്രമേ അങ്ങനെ സംഭവിക്കാറുണ്ടായിരുന്നുള്ളൂ. അപ്പോഴൊക്കെ ഞാൻ എന്നെത്തന്നെ സമാശ്വസിപ്പിക്കും. ആരും കാണാതെ തക്ക സമയം നോക്കി മുങ്ങണം, അതേ വഴിയുള്ളൂ. ഇവരൊക്കെ നിങ്ങളെ എങ്ങോട്ടൊക്കെയാണ് വലിച്ചിഴച്ചു കൊണ്ടുപോവുക എന്നറിയില്ല. വഴുവഴുപ്പുള്ള ചെരിവാണ്.

ഞായറാഴ്ചകളിലെ സായാഹ്നങ്ങളെക്കുറിച്ചു പറഞ്ഞു തുടങ്ങാം. അത്തരം സായാഹ്നങ്ങൾ എന്നിൽ ഭയാശങ്കകൾ നിറച്ചു. വാരാന്ത്യങ്ങളിൽ ഉച്ചതിരിഞ്ഞോ അതല്ലെങ്കിൽ സൂര്യൻ അസ്തമിച്ച ശേഷമോ, അതും ശൈത്യകാലത്ത് ബോർഡിംഗ് സ്കൂളിലേക്ക് തിരിച്ചു പോകേണ്ടി വരുന്ന ഏതൊരു ബാലന്റെയും മാനസികപീഡയായിരുന്നു അത്. ചിലപ്പോൾ ആ പീഡ സ്വപ്നത്തിൽ മാത്രമല്ല, ആജീവനാന്തം അവരെ വേട്ടയാടിയെന്നിരിക്കും. വർഷങ്ങൾക്കുശേഷം മാർട്ടിൻ ഹെവാഡിന്റെ വീട്ടിൽ ഞായറാഴ്ച സായാഹ്നങ്ങളിൽ ചിലരൊക്കെ ഒത്തുകൂടുമായിരുന്നു, കൂട്ടത്തിൽ ഞാനുമുണ്ടാവും. അന്നെനിക്ക് ഇരുപതു വയസ്സ്. അക്കൂട്ടത്തിൽ പെട്ടവനല്ല എന്ന തോന്നലും കഠിനമായ കുറ്റബോധവും മനസ്സിലുദിക്കും. ഞാൻ ബോർഡിംഗ് സ്കൂളിലെ വിദ്യാർത്ഥിയാണെന്നും സ്കൂളിലേക്കു പോകാതെ മുങ്ങി നടക്കുകയാണെന്നുമുള്ള കുറ്റബോധം.

മാർട്ടിൻ ഹേവാഡിനേയും അത്തരം സായാഹ്നങ്ങളിൽ അവളെ ചുറ്റി നിന്നവരേയും കുറിച്ച് പറയാൻ തുടങ്ങണോ അതോ കാലാനുക്രമത്തിൽ, ഒന്നിനു പുറകെ ഒന്നായി പറഞ്ഞുവരണോ? എന്തോ എനിക്കറിഞ്ഞുകൂടാ.

പതിന്നാലു വയസ്സുള്ളപ്പോൾ മുതൽ ഞാൻ നഗരവീഥികളിലൂടെ ഒറ്റയ്ക്കു നടക്കുമായിരുന്നു. സ്കൂൾബസ് എന്നെ പോർട് ഓർലീയോണിലെ സ്റ്റോപ്പിൽ ഇറക്കിവിടും. അച്ഛനുമമ്മയും വീട്ടിലുണ്ടാവില്ല ഇരുവർക്കും വലിയ തിരക്കായിരുന്നു. അച്ഛന് ബിസിനസ് കാര്യങ്ങൾ, അമ്മയ്ക്ക് നാടകാഭിനയം. ശനിയാഴ്ച സായാഹ്നങ്ങളിൽ അമ്മയ്ക്ക് നാടകമുണ്ടാവും. 1959 ആ വർഷമാണ് ഞാൻ പിഗാൽ പരിസരങ്ങളെക്കുറിച്ച് അടുത്തറിഞ്ഞത്. അതിനുശേഷവും പിന്നീടൊരു പത്തു വർഷത്തോളം ഞാനാ പരിസരം സന്ദർശിക്കുമായിരുന്നു. അക്കാര്യങ്ങളെക്കുറിച്ചൊക്കെ വിശദമായി പറയാം, എനിക്കതിനുള്ള ധൈര്യം സംഭരിക്കാനായെന്നു വരികിൽ.

ആദ്യമൊക്കെ എനിക്കു തനിച്ചു നടക്കാൻ അല്പം പേടിയുണ്ടായിരുന്നു. അതുകൊണ്ട് ആത്മവിശ്വാസം നേടിയെടുക്കാനായി ഞാനെപ്പോഴും ഒരേ റൂട്ടിലൂടെ നടന്നു. ഫോൺടേൻ റോഡ്, ബ്ലോഷ് കവല, ഫ്രോസൂ റോഡ്, വിക്റ്റർ മാസ് റോഡ്, എന്നിട്ട് പിഗാൽ റോഡിന്റെ തിരിവിലുള്ള ബേക്കറിയിലേക്ക്. രാത്രി മുഴുവനും തുറന്നിരിക്കുന്ന ഒരു വിചിത്ര ബേക്കറി.

ആ വർഷം തണുപ്പുകാലത്ത്, സ്കൂളില്ലാത്ത ശനിയാഴ്ചകളിൽ സ്പോൺടിനി റോഡിലെ ഒരു കെട്ടിടത്തിനു മുന്നിൽ ഞാൻ കാവൽ നിൽക്കുമായിരുന്നു. ആ കെട്ടിടത്തിൽ താമസിച്ചിരുന്ന ഒരു പെൺകുട്ടിയേയും കാത്ത്. അവളുടെ പേരെനിക്ക് ഓർമ്മയില്ല. സ്റ്റിയോപയുടെ മകൾ എന്നു പറയുന്നതാവും ശരി. എനിക്കവളെ പരിചയമൊന്നും ഇല്ലായിരുന്നു. അവളുടെ അച്ഛൻ സ്റ്റിയോപയാണ് അവളുടെ അഡ്രസ് തന്നത്. അയാൾ എന്റെ അച്ഛന്റെ സുഹൃത്തായിരുന്നു. അയാൾക്ക് എന്റെ അച്ഛനുമായി ബിസിനസ് ഇടപാടുകളുണ്ടായിരുന്നു, അവർ തമ്മിൽ ഇടയ്ക്കിടെ കാണാറും ഉണ്ടായിരുന്നു. നല്ല പൊക്കവും എണ്ണമയമുള്ള കറുത്ത മുടിയുമുണ്ടായിരുന്ന സ്റ്റിയോപ റഷ്യക്കാരനായിരുന്നു. രോമക്കോളർ പിടിപ്പിച്ച പഴയൊരു ഓവർകോട്ട് എപ്പോഴും അണിയുമായിരുന്നു. അയാൾക്ക് എന്തൊക്കെയോ സാമ്പത്തികപ്രശ്നങ്ങൾ ഉണ്ടായിരുന്നു. ഞായറാഴ്ചകളിൽ സ്റ്റിയോപയുമൊത്ത് അച്ഛനും ഞാനും ബുളോണ്യെ ഉദ്യാനത്തിൽ നടക്കാനിറങ്ങുമായിരുന്നു. ആറുമണിയോടെ സ്റ്റിയോപയെ അയാളുടെ ലോഡ്ജിലാക്കി ഞങ്ങളിരുവരും തിരിച്ചു പോരും. അത്തരമൊരവസരത്തിലാണ് അയാൾ മകളെപ്പറ്റി പറഞ്ഞത്. എന്റെ പ്രായത്തിലുള്ള ഒരു മകൾ തനിക്കുണ്ടെന്നും എനിക്കു വേണമെങ്കിൽ അവളെ പരിചയപ്പെടാമെന്നും. മകളെ താൻ കാണാറില്ലെന്നും അവൾ അമ്മയുടെയും രണ്ടാനച്ഛന്റെയും കൂടെയാണെന്നുമൊക്കെ.

ആ വർഷം തണുപ്പുകാലത്ത് ശനിയാഴ്ചകളിൽ പിഗാൽ റോഡിലെ അമ്മയുടെ നാടകക്കമ്പനിയിലെ ഡ്രസിംഗ് റൂമിലേക്കു

പോകുന്നതിനു മുമ്പായി ഞാൻ സ്പോൺടിനി റോഡിലെ കെട്ടിടത്തിനു മുന്നിൽ കാവൽ നിന്നു. ഇരുമ്പുഗ്രില്ലിൽ ചില്ലുഗ്ലാസു പതിച്ച കതക് തുറന്ന് എന്റെ പ്രായമുള്ള സ്റ്റിയോപയുടെ മകൾ പ്രത്യക്ഷപ്പെടുന്നതും കാത്ത്. അവൾ തനിച്ചായിരിക്കുമെന്നും നേരെ എന്റെയടുത്തേക്കു വരുമെന്നും ഞങ്ങളിരുവരും ചിരപരിചിതരെ പോലെ വർത്തമാനം പറയാൻ തുടങ്ങുമെന്നൊക്കെ ഞാൻ സങ്കല്പിച്ചു. പക്ഷേ അവൾ ആ കെട്ടിടത്തിൽനിന്ന് പുറത്തേക്ക് വന്നതേയില്ല.

സ്റ്റിയോപ എനിക്ക് അവളുടെ ഫോൺ നമ്പർ തന്നിരുന്നു. ഞാൻ ഫോൺ ചെയ്തു, ആരോ ഫോണെടുത്തു. ഞാൻ പറഞ്ഞു "എനിക്ക് സ്റ്റിയോപയുടെ മകളോടു സംസാരിക്കണം."

അപ്പുറത്ത് നിശ്ശബ്ദത. സ്റ്റിയോപയുടെ സുഹൃത്തിന്റെ മകനാണെന്ന് സ്വപരിചയം നൽകി. അപ്പുറത്തു നിന്ന് തെളിവായ, ഊഷ്മളമായ ശബ്ദം. ഞങ്ങൾ പഴയ സുഹൃത്തുക്കളാണെന്ന പോലെയാണ് അവൾ സംസാരിച്ചത്. "അടുത്താഴ്ച വിളിക്കൂ, നമുക്കു കാണാം. ഇപ്പോൾ അല്പം പ്രശ്നമുണ്ട്. ഞാൻ അച്ഛന്റെ കൂടെയല്ല താമസം. കാണുമ്പോൾ എല്ലാം വിസ്തരിച്ചു പറയാം."

പക്ഷേ അടുത്തയാഴ്ചയും അതിനടുത്ത പല ആഴ്ചകളിലും ഞാൻ ഫോൺ ചെയ്തു, ഫോൺ അടിച്ചുകൊണ്ടേയിരുന്നു, ആരും എടുത്തില്ല. രണ്ടോ മൂന്നോ ശനിയാഴ്ചകളിൽ പിഗാലിലേക്കുള്ള മെട്രോയിൽ കയറുന്നതിനു മുമ്പ് ഞാൻ സ്പോൺടിനി റോഡിലെ കെട്ടിടത്തിനു മുന്നിൽ നിലയുറപ്പിച്ചു. പക്ഷേ ആരും വാതിൽ തുറന്നു പുറത്തു വന്നില്ല. വെറും പാഴ്വേല. എനിക്കവരുടെ കാളിംഗ് ബെൽ അമർത്താമായിരുന്നു, പക്ഷേ ഫോൺവിളി പോലെ ആരും വാതിൽ തുറക്കില്ലെന്ന് എനിക്ക് ഉറപ്പായിരുന്നു. മാത്രവുമല്ല, ആ വസന്തകാലത്തിനുശേഷം ബൊളോണ്യെ ഉദ്യാനത്തിൽ സ്റ്റിയോപയോടൊപ്പമുള്ള ഞങ്ങളുടെ സായാഹ്നസവാരികളും നിന്നുപോയി.

2

ഒരുപാടു കാലത്തേക്ക് എനിക്കു നല്ല തീർച്ചയുണ്ടായിരുന്നു അവിചാരിതമായ കൂടിക്കാഴ്ചകളൊക്കെ സംഭവിക്കുന്നത് റോഡിലോ നടപ്പാതയിലോ വെച്ചാണെന്ന്. അതുകൊണ്ടാണ് ഒരിക്കലും നേരിൽ കണ്ടിട്ടില്ലാത്ത സ്റ്റിയോപയുടെ മകളേയും കാത്ത് അവരുടെ വീടിനു മുന്നിലെ നടപ്പാതയിൽ ഞാൻ നിന്നത്. 'ഞാനെല്ലാം വിസ്തരിച്ചു പറയാം' എന്നാണവൾ ഫോണിലൂടെ പറഞ്ഞത്. അതിനുശേഷം കുറെ ദിവസത്തേക്ക് എന്റെ സ്വപ്നങ്ങളിൽ ആരോ ആ വാക്കുകൾ മന്ത്രിച്ചുകൊണ്ടേയിരുന്നു. അതെ, എനിക്കവളെ നേരിട്ടു കണ്ട് സംസാരിക്കണമെന്നുണ്ടായിരുന്നു, അവൾ എല്ലാം വിശദീകരിക്കാമെന്നല്ലേ പറഞ്ഞത്. എനിക്ക് വിശദീകരണങ്ങൾ വേണമായിരുന്നു. കാരണം എന്റെ അച്ഛനെ, എന്നോടൊപ്പം ബോളോണ്യെ ഉദ്യാനത്തിൽ ഉലാത്തുന്ന അപരിചിതനെ, എനിക്കു മനസ്സിലാക്കാൻ സഹായകമായേനേ. അവൾ സ്റ്റിയോപയുടെ മകൾ, ഞാനോ സ്റ്റിയോപയുടെ സുഹൃത്തിന്റെ മകൻ. ഞങ്ങൾക്കു പൊതുവായ പല സംഗതികളും ഉണ്ടായിരിക്കും, ഉണ്ടായിരിക്കണം. ഒരുവേള അവൾക്ക് ഇതേക്കുറിച്ചൊക്കെ എന്നേക്കാൾ വിവരങ്ങൾ അറിയാമായിരിക്കാം.

അന്നൊക്കെ പാതി ചാരിയ വാതിലിനപ്പുറത്ത്, ഓഫീസുമുറിയിലിരുന്ന് അച്ഛൻ നിരന്തരം ഫോണിൽ സംസാരിക്കുമായിരുന്നു. ഏതാനും വാക്കുകൾ എന്റെ മനസ്സിൽ തങ്ങിനിന്നു - റഷ്യൻ കരിഞ്ചന്തക്കാർ, അവരുടെ സംഘങ്ങൾ. ഒരുപാടു കാലം കഴിഞ്ഞ്, നാല്പതു വർഷങ്ങൾക്കുശേഷം ഞാൻ ചിലതൊക്കെ കണ്ടെടുത്തു. പാരിസ് നാസി അധീനതയിലായിരുന്ന കാലത്ത് പ്രമുഖരായ റഷ്യൻ കരിഞ്ചന്തക്കാരുടെയും കള്ളക്കടത്തുകാരുടെയും പേരു വിവരങ്ങൾ. ഷപോചിനികോവ്, കുറിലോ, സ്റ്റോഗ്ലൂ, ബാരൺ വുൾഫ്, മെചേർസ്കി, യാപാരിത്സ്... സ്റ്റിയോപയുടെ പേര് അതിലുണ്ടായിരുന്നോ ആവോ. എന്റെ അച്ഛനും ഉണ്ടായിരിക്കും ഏതെങ്കിലും റഷ്യൻ കള്ളപ്പേരിൽ? ഉത്തരം കിട്ടാത്ത ചോദ്യങ്ങളായി കാലത്തിന്റെ അഗാധതയിൽ ആണ്ടുപോകുന്നതിനു മുമ്പ് പലതവണ എന്നോടു തന്നെ ചോദിച്ച ചോദ്യങ്ങൾ.

3

മിറൈൽ ഉറുസോവിനെ കണ്ടുമുട്ടുമ്പോൾ എനിക്ക് വയസ് പതിനേഴ്. അവളുടെ ഭർത്താവ് റഷ്യക്കാരനായിരുന്നു, എഡ്ഡി ഉറുസോവ്. അയാളെ എല്ലാവരും അംബാസഡർ എന്നാണ് വിളിച്ചിരുന്നത്. അയാളോടൊപ്പം മിറൈൽ സ്പെയിനിലെ ടോർമൊളിനോസിലായിരുന്നത്രെ താമസം. മിറൈൽ ഫ്രെഞ്ചുകാരിയാണ് നാട് ലോൺ പ്രാന്തത്തിൽ. മണൽക്കൂനകൾ, പൈൻമരങ്ങൾ, വിജനമായ അറ്റ്ലാന്റിക് സമുദ്രതീരം, വെയിലിൽ കുളിച്ചു കിടക്കുന്ന സെപ്തംബർ ദിനങ്ങൾ. അതൊക്കെയാണ് ലോൺ. പക്ഷേ ഞാൻ മിറൈലിനെ കണ്ടുമുട്ടിയത് പാരീസിലാണ്. 1962ലെ ശൈത്യകാലത്ത്. ഓട്ട്സവ്വായിലെ ബോർഡിംഗ് സ്കൂളിൽ പഠിച്ചിരുന്ന കാലം. 102 ഡിഗ്രി പനിയുമായി ട്രെയിനിൽ ഏതാണ്ട് അർദ്ധരാത്രിയോടെയാണ് ഞാൻ പാരീസിൽ അമ്മയുടെ അപ്പാർട്ടുമെന്റിൽ എത്തിയത്. കോളിംഗ് ബെൽ അടിച്ചപ്പോൾ വാതിൽ തുറന്നത് അവളായിരുന്നു. വീട്ടിനകം ആകപ്പാടെ അലങ്കോലപ്പെട്ടു കിടന്നിരുന്നു. തളത്തിൽ മടക്കുമേശയും രണ്ടു മടക്കുകസേരകളും. പുഴയിലേക്കു തുറക്കുന്ന ജനാലകളുള്ള മുറിയിൽ ഒരു കട്ടിലും കിടക്കയും അതിനടുത്ത് ഞാൻ ഉപയോഗിക്കാറുണ്ടായിരുന്ന മുറിയിൽ ഒരു മേശ. അതിനു മുകളിൽ പലതരം തുണിത്തരങ്ങൾ, തുന്നൽ മെഷീൻ ഹാംഗറിൽ പലതരം കുപ്പായങ്ങൾ. മുകളിൽ തൂങ്ങിയാടുന്ന ഷാൻഡലിയറിൽ നിന്ന് മങ്ങിയ പ്രകാശം. മിക്ക ബൾബുകളും എരിഞ്ഞു തീർന്നുകാണും.

അതൊരു വല്ലാത്ത ഫെബ്രുവരി ആയിരുന്നു. വീട്ടിനകത്ത് മങ്ങിയ പ്രകാശം, വീട്ടിനു പുറത്തോ ഓ.എ.എസ് സംഘടനയുടെ രാഷ്ട്രീയ കൊലപാതകങ്ങൾ, ഗൂഢാലോചനകൾ. മിറൈൽ സ്കീയിംഗ് ട്രിപ് നടത്തി തിരിച്ചു വന്നതാണ്. അവൾ ആ ഫോട്ടോകളൊക്കെ എന്നെ കാണിച്ചു. അവളും സുഹൃത്തുക്കളും ഒരു കൊച്ചു വീടിന്റെ ബാൽക്കണിയിൽ നിൽക്കുന്നത്. ഒരു ഫോട്ടോയിൽ ജറാൾഡ് ബെയിൻ എന്ന സിനിമാനടനും ഉണ്ടായിരുന്നു. ചെറുപ്പം മുതലേ സ്വന്തം കാര്യങ്ങൾ സ്വയം ചെയ്തു ശീലിച്ച ജറാൾഡ് അച്ഛനമ്മമാരറിയാതെ

പന്ത്രണ്ടാം വയസ്സിൽ ഫിലിമിൽ അഭിനയിച്ചു തുടങ്ങിയത്രെ. പിന്നീട് ഞാനയാളുടെ ചില സിനിമകൾ കണ്ടു എന്റെ മനസ്സിൽ തങ്ങിനിന്നത് സദാ കൈകൾ കീശയിൽ തിരുകി, തല ചുമലുകളിലേക്കു താഴ്ത്തിയുള്ള അയാളുടെ നടത്തയാണ്, മഴയിൽ നിന്ന് രക്ഷപ്പെടാനെന്ന പോലെ. ഞാൻ സമയം ചെലവഴിച്ചത് മിറൈലിനൊപ്പമാണ്. ഞങ്ങൾ പുറത്തുനിന്നാണ് ഭക്ഷണം കഴിക്കാറുണ്ടായിരുന്നത്. കാരണം അപ്പാർട്ടുമെന്റിലെ ഗ്യാസ് കണക്ഷൻ ബില്ലടയ്ക്കാത്തതിനാൽ റദ്ദാക്കിയിരുന്നു. അതുകൊണ്ട് വെപ്പുമില്ല, വീട് ചൂടാക്കാനുള്ള സംവിധാനവുമില്ല. കിടപ്പുമുറിയിലെ നെരിപ്പോടിൽ ഏതാനും വിറകുകൊള്ളികൾ ബാക്കി ഉണ്ടായിരുന്നു. അതു ചെറിയൊരാശ്വാസമായി. പിന്നൊരു ദിവസം രാവിലെ ഞങ്ങൾ ഒഡ്യോങ്ങിനടുത്തുള്ള ഇലക്ട്രിസിറ്റി ഓഫീസിൽ പോയി രണ്ടു മാസത്തെ കുടിശ്ശിക അടച്ചു തീർത്തു. ഇനി കുറച്ചു ദിവസത്തേക്ക് മെഴുകുതിരി വെളിച്ചം വേണ്ടിവരില്ല. മിക്കവാറും എല്ലാ ദിവസവും അർദ്ധരാത്രിയോടടുത്ത് മിറൈൽ എന്നേയും കൂട്ടി താമസസ്ഥലത്തിനു തൊട്ടടുത്ത് സെന്റ് പെരെസ് സ്ട്രീറ്റിലുള്ള കാബറെ കഫേയിലേക്കു പോകുമായിരുന്നു. പരിപാടി എപ്പഴേ കഴിഞ്ഞിരിക്കും. എന്നാലും ഏതാനും പേർ അവിടെ ചുറ്റിപ്പറ്റി നിൽക്കുന്നുണ്ടാകും. വളരെ പതിഞ്ഞ ശബ്ദത്തിൽ സംസാരിച്ചിരുന്ന അവർക്കൊക്കെ പരസ്പരം പരിചയമുണ്ടെന്നു തോന്നി. മിറൈലിന്റെ സുഹൃത്ത് ദെബാവിയേർ (എന്നോ മറ്റോ ആയിരുന്നു അയാളുടെ പേര്) എന്ന വ്യക്തിയോടൊപ്പമാണ് ഞങ്ങൾ സമയം ചെലവിട്ടത്. പാരീസിനും അൾജീയേഴ്സിനുമിടയ്ക്കായി ചാഞ്ചാടിക്കൊണ്ടിരിക്കുന്ന ഒരു പത്രപ്രവർത്തകനാണയാൾ എന്നാണ് മിറൈൽ പറഞ്ഞത്. വീട്ടിലേക്ക് തിരിച്ചെത്താത്ത ചില രാത്രികളിൽ അവൾ രാത്രി പങ്കിട്ടത് ദെബൊവിയേർ എന്നോ മറ്റോ പേരുള്ള ഇയാളോടൊപ്പം ആയിരിക്കാനാണ് സാധ്യത. പോൾഡൂമാ അവന്യുവിൽ അയാൾക്ക് ഒരു ഒറ്റമുറി വീടുണ്ടായിരുന്നു. ഞാനൊരിക്കൽ അവളോടൊപ്പം അവിടെ പോയിട്ടുണ്ട്. കാരണം മിറൈൽ തന്റെ വാച്ച് അവിടെ വെച്ചു മറന്നുപോയിരുന്നു. ഞങ്ങൾ ചെന്നപ്പോൾ ദെബൊവിയേർ അവിടെയില്ലായിരുന്നു. ഷാസ് എലീസിക്കടുത്ത് വാഷിംഗ്ടൺ റോഡിലെ ഒരു റെസ്റ്റോറന്റിലേക്ക് ഒരിക്കൽ ദെബൊവിയേർ ഞങ്ങളെ കൂട്ടിക്കൊണ്ടു പോയിരുന്നു. ഡെസേർട്ട് റോസ് എന്നായിരുന്നു അതിന്റെ പേര്. അക്കാലത്തൊക്കെ ആ റെസ്റ്റോറന്റിലെ പതിവുകാർ മിക്കവരും ആൽജീറിയൻ യുദ്ധത്തിൽ ഇടപെട്ടിരുന്ന പാരാപൊലീസുകാരായിരുന്നു. അതുകൊണ്ടാവണം ദെബൊവിയേറും ഇക്കൂട്ടത്തിൽ പെട്ടവനാണോ എന്നു ഞാൻ സംശയിച്ചു. എഴുപതുകളിലെ മറ്റൊരു ശൈത്യകാലം. വൈകുന്നേരം ആറുമണി. ഞാൻ ജോർജ് അഞ്ചാമൻ മെട്രോ സ്റ്റേഷന്റെ അകത്തേക്കു

കയറുമ്പോൾ ഒരാൾ പുറത്തേക്കിറങ്ങുന്നു. കാണാൻ ദെബൊവിയേറിനെ പോലുണ്ട്, പ്രായം അല്പം കൂടുതലാണെന്നു മാത്രം. ഞാനുടൻ തിരിഞ്ഞ് അയാളെ പിന്തുടർന്നു. മിറൈലിനെപ്പറ്റി അന്വേഷിക്കണമെന്ന് എനിക്കു തോന്നി. ഇപ്പോഴും ഭർത്താവ് അംബാസഡർ എഡ്ഗിയോടൊപ്പം ടോറോമൊളിനോസിൽ താമസമാണോ എന്നൊക്കെ. അയാൾക്ക് അല്പം മുടന്തുണ്ടായിരുന്നു. എനിക്ക് അയാളോടൊപ്പം എത്താൻ ഒരു ബുദ്ധിമുട്ടും ഇല്ലായിരുന്നു, എന്നിട്ടും അയാൾ ആൾക്കൂട്ടത്തിൽ മറയുന്നതു വരെ പിന്തുടർന്നതല്ലാതെ ഞാനയാളെ സമീപിച്ചില്ല. സംസാരിച്ചില്ല. എന്തേ എന്നെനിക്കറിഞ്ഞു കൂടാ. അയാൾക്കെന്നെ തിരിച്ചറിയാൻ കഴിയുമായിരുന്നോ അതും എനിക്കറിയില്ല. എന്നെ സംബന്ധിച്ചേടത്തോളം പാരീസിൽ മുഴുവൻ പ്രേതാത്മാക്കൾ ചിതറിക്കിടക്കുന്നു. മെട്രോസ്റ്റേഷനുകൾ പോലെ. മെട്രോയുടെ റൂട്ട്മാപ്പിൽ വിരലമർത്തുമ്പോൾ തെളിഞ്ഞു വരുന്ന കൊച്ചുകൊച്ചു ബൾബുകൾ പോലെ.

പാരീസിന്റെ പടിഞ്ഞാറു ഭാഗത്ത് മിറൈലിന്റെ ചില സുഹൃത്തുക്കൾ താമസിച്ചിരുന്നു. അവരെ ചെന്നു കാണാനായി മിറൈലും ഞാനും മിക്കപ്പോഴും ലൂവ്ര് സ്റ്റേഷനിൽ നിന്ന് മെട്രോ പിടിക്കാറുണ്ടായിരുന്നു. അവരുടെയൊക്കെ പേരും മുഖവും ഞാൻ മറന്നു പോയിരിക്കുന്നു. ഓർമ്മയിൽ ബാക്കി നിൽക്കുന്നത് ഇത്രമാത്രം, മിറൈലിനോടൊപ്പം ആർട്ട് പാലം കടക്കുന്നത്, പള്ളിക്കു മുന്നിലുള്ള ചത്വരം, പിന്നെ തിരിച്ചുവരുമ്പോൾ ലൂവ്രിനു മുന്നിലുള്ള അങ്കണം, അവിടുള്ള പൊലീസ് കാവൽപ്പുരയിൽ നിന്ന് അരിച്ചിറങ്ങുന്ന മഞ്ഞവെളിച്ചം. ഞങ്ങളുടെ അപ്പാർട്ടുമെന്റിലും അതേ മഞ്ഞ വെളിച്ചം. എന്റെ പഴയ കിടപ്പുമുറിയിൽ വലതുവശത്തുള്ള വലിയ ജനാലയോടുചേർന്ന ഒരു ഷെൽഫിൽ പുസ്തകങ്ങൾ ഉണ്ടായിരുന്നു. അതേക്കുറിച്ച് ആലോചിക്കുമ്പോൾ എനിക്ക് അദ്ഭുതം തോന്നുന്നു. അവയെങ്ങനെ അവിടെയെത്തി, അവിടെത്തന്നെ നിലനിന്നു; ആരുമാരും ശ്രദ്ധിക്കാതെ എല്ലാവരും മറന്ന്, മറ്റു സാമാനങ്ങളൊക്കെ അപ്രത്യക്ഷമായ ശേഷവും 1942ൽ എന്റെ അമ്മ ആദ്യമായി പാരീസിലെത്തിയ സമയത്ത് വായിച്ച പുസ്തകങ്ങളായിരുന്നു അവ. ഫ്ളെമിഷ് ഭാഷയിലുള്ള നോവലുകൾ എന്റെ ബാല്യകാലവായനയുടെ ഭാഗമായ മറ്റു ചില പുസ്തകങ്ങൾ, അദ്ഭുതക്കപ്പൽ, ബ്രാലോണിലെ പ്രഭു... അങ്ങനെയങ്ങനെ.

എന്റെ സ്കൂളിലെ അധികാരികൾ ഒടുവിൽ എന്റെ അസാന്നിദ്ധ്യത്തെക്കുറിച്ച് ആശങ്കാകുലരായി. ഒരു ദിവസം രാവിലെ ഫോണടിച്ചു. മിറൈലാണെടുത്തത്. സ്കൂൾ പ്രിൻസിപ്പൽ ഫാദർ ജനൈനായിരുന്നു

അങ്ങേത്തലയ്ക്കൽ. രണ്ടാഴ്ചയായി വിവരമൊന്നുമില്ല, എനിക്കെന്തു പറ്റിയെന്നറിയാനാണ് വിളിച്ചത്. എനിക്കു തീരെ സുഖമില്ലെന്നും പനിയും ജലദോഷവുമാണെന്നും എപ്പോൾ തിരിച്ചുവരാനാവുമെന്ന് പിന്നീടറിയിക്കാമെന്നും അവൾ ഫോണിലൂടെ മറുപടി നൽകി. ഞാനവളോട് വളച്ചുകെട്ടില്ലാതെ ചോദിച്ചു സ്പെയിനിലേക്ക് ഞാനും വരട്ടെയെന്ന്. എനിക്കു പ്രായപൂർത്തിയായിട്ടില്ലാത്ത സ്ഥിതിക്ക് അതിർത്തി കടക്കണമെങ്കിൽ അച്ഛനമ്മമാരുടെ രേഖാമൂലമുള്ള അനുമതി വേണമായിരുന്നു. എനിക്ക് പ്രായപൂർത്തിയായിട്ടില്ലെന്ന വസ്തുത മിറൈലിനെ വല്ലാത്ത ആശയക്കുഴപ്പത്തിലാക്കി. ഇക്കാര്യത്തിൽ ദെബൊവീയറോട് ഉപദേശം ചോദിക്കാമെന്ന് മിറൈൽ തീർച്ചപ്പെടുത്തി.

4

പാരീസ് നഗരിയിലെ തണുപ്പുകാലത്ത് എനിക്കേറ്റവും ഇഷ്ടപ്പെട്ട സമയം അതിരാവിലെ ആറിനും എട്ടരയ്ക്കുമിടയ്ക്കാണ്. ഇരുട്ട് നീങ്ങിയിട്ടുണ്ടാവില്ല. വെള്ള കീറും മുമ്പായുള്ള ഇടവേള. സമയം സ്തംഭിച്ചുനിൽക്കും പോലെ. മനസ്സിന് പതിവില്ലാത്ത ലാഘവം അനുഭവപ്പെടുന്ന സമയം.

അത്രയും വെളുപ്പിനേ തുറക്കാറുള്ള പാരീസ് കഫേകൾ ഉണ്ട്. ഞാൻ പലപ്പോഴും അത്തരം കഫേകൾ സന്ദർശിക്കാറുമുണ്ടായിരുന്നു. 1964ലെ തണുപ്പു കാലത്ത് അത്തരമൊരു പുലരിക്കഫേയിൽ (ഞാൻ നൽകിയ പേരാണ്, കേട്ടോ) വെച്ചാണ് ഞാൻ ജനവീവ് ഡലാമിനെ കണ്ടുമുട്ടിയത്. ഇരുട്ടു നിലനിൽക്കുന്നേടത്തോളം നേരം ശുഭാപ്തിവിശ്വാസവും നിലനിൽക്കുന്ന സമയം.

13-ാം വാർഡിൽ സ്റ്റേഷൻ ബുളേവാർഡിന്റെ അങ്ങേത്തലയ്ക്കലുള്ള ഉയരം കുറഞ്ഞ കെട്ടിടങ്ങളിലൊന്നിൽ താഴത്തെ നിലയിലായിരുന്നു ആ കഫേ. ഇന്ന് ആ റോഡിന്റെ പേരു തന്നെ മാറിയിരിക്കുന്നു. ഡിറ്റാലിയയിലേക്കു തിരിയുന്ന ഭാഗത്തുള്ള ഉയരം കുറഞ്ഞ കെട്ടിടങ്ങളൊക്കെ പൊളിച്ചുമാറ്റപ്പെട്ടിരിക്കുന്നു. ചിലപ്പോൾ എനിക്കു തോന്നും ആ കഫേയുടെ പേര് ബാർ വെർട് എന്നായിരുന്നുവെന്ന്. മറ്റു ചിലപ്പോൾ ഏതോ സ്വപ്നത്തിൽ കേട്ടുമറന്ന വാക്കുകൾ പോലെ പേരു തന്നെ ഓർമ്മയിൽ വരില്ല.

ജനവീവ് ഡലാമായിരുന്നു എപ്പോഴും ആദ്യം എത്തുക. ഞാനെത്തുമ്പോൾ അങ്ങ് ഏറ്റവും പിന്നിലുള്ള പതിവുമേശയിൽ പുസ്തകത്തിൽ മുഖം പൂഴ്ത്തി ഇരിക്കുന്നതു കാണാം. അവൾക്ക് ഉറക്കം കഷ്ടിയാണത്രെ. രാത്രി കഷ്ടിച്ച് നാലുമണിക്കൂർ എന്നാണവൾ പറഞ്ഞത്. ആ റോഡിൽത്തന്നെ അല്പം ദൂരെയുള്ള പോളിഡോർ ഗ്രാമഫോൺ കമ്പനിയിലെ സെക്രട്ടറിയായിരുന്നു അവൾ. ഓഫീസിൽ കയറുന്നതിനുമുമ്പായി അല്പസമയം കഫേയിൽ ചെലവഴിക്കും. അങ്ങനെയാണ് ഞങ്ങൾ തമ്മിലുള്ള കൂടിക്കാഴ്ച അവിടെയായത്.

ഒരു പുസ്തകക്കടയിൽ വെച്ചാണ് ഞാനവളെ ആദ്യം പരിചയപ്പെട്ടത്. മാന്ത്രികവിദ്യകളെയും മാസ്മരികശക്തികളെയും കുറിച്ചുള്ള പുസ്തകങ്ങൾ വിൽക്കുന്ന കട. അവൾക്ക് ഈവക വിഷയങ്ങളിലൊക്കെ വലിയ താത്പര്യമായിരുന്നു. എനിക്കും. എന്നു വെച്ച് ഈ വിഷയങ്ങളിലൊന്നിൽ ഡോക്റ്ററേറ്റ് എടുക്കാനുള്ള പൂതിയൊന്നുമല്ല, കേട്ടോ. നിഗൂഢത എനിക്കിഷ്ടമായിരുന്നെന്നു മാത്രം.

അന്ന് ഞങ്ങൾ പുസ്തകക്കടയിൽ നിന്നിറങ്ങിയപ്പോൾ സന്ധ്യ കഴിഞ്ഞിരുന്നു. അത്തരം ശൈത്യകാല സന്ധ്യകളിൽ, പുലർകാലത്തെന്നപോലെ എനിക്ക് മനസ്സിനൊരു ലാഘവം അനുഭവപ്പെടുമായിരുന്നു. പരിചയമായതുമുതൽ അഞ്ചാം വാർഡും സ്റ്റേഷൻ ബുളേവാഡ് വരെയുള്ള ചുറ്റുവട്ടവും എല്ലാം എന്നെ സംബന്ധിച്ചേടത്തോളം ജനവീവ് ഡലാമുമായി ബന്ധപ്പെട്ടതായിത്തീർന്നു.

ഏതാണ്ട് എട്ടരയോടെ കഫേയിൽ നിന്നിറങ്ങി, ഇരുവശത്തുമുള്ള റോഡുകളെ വേർതിരിക്കുന്ന നടവരമ്പിലൂടെ ഞങ്ങൾ അവളുടെ ഓഫീസിലേക്കു നടക്കും. തലയ്ക്കു മീതെയുള്ള മേൽപാതയിലൂടെ ട്രെയിൻ പോകുന്നുണ്ടാകും. പോളിഡോർ സ്റ്റുഡിയോസിനെപ്പറ്റി ഞാനവളോടു ചോദിക്കുകയുണ്ടായി. സംഗീതശില്പങ്ങൾ സംവിധാനം ചെയ്ത് പുറത്തിറക്കുന്ന ഒരു ഗ്രൂപ്പ് ആയിടയ്ക്ക് പാട്ടെഴുത്തുകാർക്കു വേണ്ടി ഒരു പ്രവേശന പരീക്ഷ നടത്തിയിരുന്നു. അതിൽ ഞാൻ പാസാവുകയും ചെയ്തു. എങ്കിലും കോഴ്സിനു ചേരണമെങ്കിൽ ഒരു സ്പോൺസർ വേണമായിരുന്നു. എമിൽ സ്റ്റേൺ എന്നൊരു ഗാനരചയിതാവ് എന്നെ സ്പോൺസർ ചെയ്യാമെന്ന് ഏറ്റിരുന്നു. ആ വ്യക്തി ഗാനരചയിതാവ് മാത്രമല്ല പിയാനിസ്റ്റും സംഗീതഗ്രൂപ്പിന്റെ തലവനുമായിരുന്നു. ഇരുപത്തഞ്ചു കൊല്ലം മുമ്പ് പോളിഡോർ സ്റ്റുഡിയോസിൽ ഈഡിത് പിയാഫിന്റെ ആദ്യകാല സംഗീതശില്പങ്ങൾക്ക് ഓർക്കെസ്ട്ര നയിച്ചത് സ്റ്റേൺ ആയിരുന്നു. അതിന്റെ എന്തെങ്കിലും വിവരങ്ങൾ സ്റ്റുഡിയോയിലുണ്ടോ എന്ന് ഞാൻ ജനവീവിനോടു ചോദിച്ചു. ഒരു ദിവസം രാവിലെ കഫേയിൽ വെച്ച് അവളെന്റെ കൈയിൽ ഒരു കവർ വെച്ചു തന്നു. എമിൽ സ്റ്റേൺ നടത്തിയ ഓർക്കെസ്ട്രകളുടെ നാൾവിവരങ്ങളായിരുന്നു അത്. എനിക്കു വേണ്ടി ആ രേഖകൾ മോഷ്ടിക്കേണ്ടി വന്നതിൽ അവൾക്ക് അല്പം ജാള്യത ഉള്ളതായി തോന്നി.

ആദ്യമൊക്കെ എവിടെയാണ് താമസമെന്ന് എന്നോടു കൃത്യമായി പറയാൻ അവൾ മടിച്ചു. ചോദിച്ചപ്പോഴൊക്കെ ഒരു ലോഡ്ജിൽ എന്നേ പറഞ്ഞുള്ളൂ. ഞങ്ങൾ പരസ്പരം പരിചയപ്പെട്ട് രണ്ടാഴ്ചയായിക്കഴിഞ്ഞിരുന്നു. പിന്നീട് ഒരു സായാഹ്നത്തിൽ ഞാനവൾക്ക് മരിയൻ വെർനൂലെഴുതിയ മാന്ത്രികശാസ്ത്രത്തിന്റെ പ്രായോഗിക

ശബ്ദകോശം എന്ന പുസ്തകവും മാലാഖമാരുടെ ഓർമ്മയ്ക്ക് എന്ന മറ്റൊരു നോവലും കൊടുത്ത ദിവസം ലോഡ്ജു വരെ കൂടെ ചെല്ലാൻ അവളെന്നെ ക്ഷണിച്ചു.

പതിമ്മൂന്നാം വാർഡിൽ, ഗുബലിനാ തിയേറ്ററിന്റെ അരികുപറ്റി, മോസ്റോഡിന്റെ അങ്ങേത്തലയ്ക്കലായിരുന്നു ആ ലോഡ്ജ്. അതൊക്കെക്കഴിഞ്ഞ് അരനൂറ്റാണ്ടു പിന്നിട്ടിരിക്കുന്നു. ഇന്ന് പാരീ സിൽ ആരും അത്തരം ലോഡ്ജുകളിൽ താമസിക്കാറില്ല. യുദ്ധത്തിനു ശേഷം അറുപതുകൾ വരെ ആ പതിവുണ്ടായിരുന്നു. എന്റെ പരി ചയക്കാരിൽ ലോഡ്ജിൽ താമസിച്ചിരുന്ന അവസാനത്തെ വ്യക്തി ആയിരുന്നു ജനവീവ് ഡലാം. എനിക്കു തോന്നുന്നത്, ആ കാലഘട്ട ത്തിൽ അതായത് 1963-64 കാലം. പഴയ സമ്പ്രദായങ്ങൾ ചക്രശ്വാസം വലിക്കുന്ന കാലമായിരുന്നെന്ന്. കാരണം അക്കാലത്ത് നഗരപ്രാന്ത ത്തിലുള്ള ആ പഴയ വീടുകളും കെട്ടിടങ്ങളുമൊക്കെ പൊളിച്ചുമാറ്റാ നുള്ള നടപടികൾ തുടങ്ങിയിരുന്നു. ഞങ്ങളെപ്പോലുള്ള ചെറുപ്പ ക്കാർക്ക് അത്തരം പഴഞ്ചൻ കെട്ടിടങ്ങളിൽ ഏതാനും മാസങ്ങൾ കൂടി താമസിക്കാനുള്ള അനുമതി നൽകപ്പെട്ടെന്നു മാത്രം. മോസ് റോഡിലെ ലോഡ്ജിലെ മേശവിളക്കിന്റെ ഉരുണ്ട സ്വിച്ചും കറുത്ത ജനാല കർട്ടനുകളും എനിക്കോർമ്മയുണ്ട്. ഒരൊറ്റ വലിക്ക് ജനവീവ് കർട്ടൻ താഴ്ത്തിയിടാറുണ്ടായിരുന്നതും ഓർമ്മയിലുണ്ട്. യുദ്ധ കാലത്തെ പ്രതിരോധ സംവിധാനങ്ങളിലൊന്നായിരുന്നു ആ കറുത്ത കർട്ടനുകൾ. യുദ്ധം കഴിഞ്ഞ് പതിറ്റാണ്ടുകൾ കഴിഞ്ഞിട്ടും അതൊക്കെ അതേപടി നിലനിന്നു.

5

ഏതാനും ആഴ്ചകൾക്കുശേഷം അവൾ സ്വന്തം സഹോദരനെ എനിക്കു പരിചയപ്പെടുത്തിത്തന്നു. ഇങ്ങനെയൊരു സഹോദരനെ പ്പറ്റി അവളെന്നോടു മുമ്പ് സൂചിപ്പിച്ചിട്ടുപോലും ഇല്ലായിരുന്നു. ഒന്നോ രണ്ടോ തവണ ഞാനവളുടെ കുടുംബകാര്യങ്ങളന്വേഷിക്കുകയു ണ്ടായി, പക്ഷേ അവൾക്കെന്തോ മറുപടി പറയാനൊരു വിമ്മിട്ടം, അതുകൊണ്ട് ഞാൻ കൂടുതൽ നിർബന്ധിച്ചതുമില്ല.

ഒരു ദിവസം രാവിലെ സ്റ്റേഷൻ ബുളേവാഡിലെ കഫേയിലെ ത്തിയപ്പോൾ പതിവുസ്ഥലത്ത് അവളിരിക്കുന്നതു ഞാൻ കണ്ടു. മേശയ്ക്കു മറുവശത്ത് സമപ്രായക്കാരനായ ഒരു ചെറുപ്പക്കാരൻ. ഞാനവളുടെ സമീപത്ത് സ്ഥലം പിടിച്ചു. ചെറുപ്പക്കാരന് കറുത്ത മുടി, സിപ്പു ഘടിപ്പിച്ച വിലകുറഞ്ഞ പ്ലാസ്റ്റിക് കടുവാത്തോൽ ജാക്കറ്റ്. അതിന്റെ തോൾപട്ട കനപ്പിച്ചിട്ടുണ്ടെന്നതു വ്യക്തം. അയാളെന്നെ നോക്കി പുഞ്ചിരിച്ചു. എന്നിട്ട് അവിടത്തെ പതിവുകാരനാണെന്ന മട്ടിൽ കുടിക്കാനെന്തോ ഓർഡറു ചെയ്തു.

ജനവീവ് പറഞ്ഞു. “എന്റെ സഹോദരനാണ്.” അവളുടെ പ്രകടമായ അസ്വസ്ഥതയിൽ നിന്ന് ഇത് അപ്രതീക്ഷിതമായ വരവാ ണെന്ന് എനിക്കു മനസ്സിലായി.

എന്തു ചെയ്യുന്നു എന്ന് അയാളെന്നോട് ചോദിച്ചു. ഞാൻ വ്യക്ത മായ ഉത്തരം നൽകാതെ ഒഴിഞ്ഞുമാറി. പൊടുന്നനെ, എന്നെ തികച്ചും ആശ്ചര്യത്തിലാഴ്ത്തി അയാൾ ചോദിച്ചു “ഓ പാരീസിലാണല്ലേ താമസം?” ഈ വിവരം അയാൾക്കു എപ്പോഴെങ്കിലും പ്രയോജന പ്പെട്ടേക്കാമെന്ന ധ്വനി ആ ചോദ്യത്തിലുണ്ടായിരുന്നു. അയാൾ പാരീസിലല്ല താമസം എന്നെനിക്കു തോന്നി. കിഴക്കൻ ഫ്രാൻസിലെ വൂസ് മലമ്പ്രദേശത്താണ് താൻ ജനിച്ചതെന്ന് അവളൊരിക്കൽ പറയുകയുണ്ടായി. അത് എപിനാലെയാണോ സാഡീയോണോ എന്നെനിക്കറിയില്ല. ആ രണ്ടു നഗരങ്ങളിലൊന്നിൽ, സ്റ്റേഷനടു ത്തുള്ള ഇത്തരമൊരു കഫേയിൽ രാത്രി വളരെ വൈകി പതിനൊന്നു

മണിവരെ അയാളിരിക്കുന്നത് എനിക്കു സങ്കല്പിക്കാനായി. ഇതേ ജാക്കറ്റാവും, പാകമല്ലാത്ത വിലകുറഞ്ഞ ഇതേ കടുവാ ജാക്കറ്റ്. പാരീസ് നഗരത്തിൽ ആരുടെയും ശ്രദ്ധയാകർഷിക്കാത്ത ആ ജാക്കറ്റ് ആ ചെറുപട്ടണത്തിൽ ഏറെ ശ്രദ്ധയാകർഷിച്ചിരിക്കാൻ ഇടയുണ്ട്. അവിടെ ഒരു മദ്യഗ്ലാസിനുമുന്നിൽ തനിച്ച്, പ്രത്യേകിച്ച് ഒന്നിലും ഉറച്ചു നിൽക്കാത്ത ദൃഷ്ടിയുമായി ഇരിക്കുകയാവും, അടുത്തുതന്നെ ബില്ലി യാർഡ് കളി നടക്കുന്നുമുണ്ടാകും.

ജനവീവ് ഡലാമിനോടൊപ്പം അവളുടെ ഓഫീസിലേക്കു പോകാൻ അയാൾക്ക് ഉദ്ദേശ്യമുള്ളതായിത്തോന്നി. ഞങ്ങൾ മൂവരും ബുളേവാഡിന്റെ നടുക്കുള്ള നടവരമ്പിലൂടെയാണ് നടന്നത്. അയാളുടെ സാന്നിദ്ധ്യം അവളെ വളരെയേറെ അസ്വസ്ഥയാക്കുന്നു ണ്ടായിരുന്നു. അയാളെ എങ്ങനെയെങ്കിലും ഒഴിവാക്കിക്കിട്ടാൻ അവൾ ശ്രമിച്ചു. മോഷ് റോഡിലെ ലോഡ്ജിൽത്തന്നേയാണോ ഇപ്പോഴും താമസമെന്ന് അയാൾ അവളോടു ചോദിച്ചു. “അടുത്തയാഴ്ച അവിടന്നു മാറാൻ പോകുന്നു, ഓട്ടീലിനടുത്ത് മറ്റൊരു സ്ഥലം കിട്ടി യിട്ടുണ്ട്”, അവൾ തുടർന്നു പറഞ്ഞു. അയാൾ ആ പുതിയ സ്ഥല ത്തിന്റെ അഡ്രസ് ചോദിച്ചുകൊണ്ടേയിരുന്നു. എന്നാലോ മിഷേൽ റോഡിലെ ഒരു നമ്പറാണ് അവൾ കൊടുത്തത്. പോക്കറ്റിൽ നിന്ന് കറുത്ത ചട്ടയുള്ള ഒരു കൊച്ചു പുസ്തകം പുറത്തെടുത്ത് അയാൾ ആ വിവരങ്ങൾ കുറിച്ചിട്ടു. പോളിഡോർ സ്റ്റുഡിയോയുടെ ഗേറ്റിലെ ത്തിയപ്പോൾ, എന്റെ നേരെ നോക്കി “പിന്നീടു കാണാം” എന്നു പറഞ്ഞ്, പതുക്കെ തലയാട്ടി അവൾ പോയി; അവളും ഞാനും തമ്മിൽ എന്തോ ധാരണയിലെത്തിയെന്നപോലെ.

പിന്നെ ഞാനും കടുവാ ജാക്കറ്റുകാരനും മാത്രമായി. എന്തെങ്കി ലുമൊന്ന് കുടിക്കാൻ കയറിയാലോ എന്നായി ജാക്കറ്റുകാരൻ. മഞ്ഞു വീഴാൻ തുടങ്ങിയിരുന്നു, മഴത്തുള്ളികൾ പോലെ കനവും ഈർപ്പ വുമുള്ള മഞ്ഞു കട്ടകൾ. “എനിക്കു സമയമില്ല; മറ്റൊരാളെ കാണാ നുണ്ട്” എന്നു പറഞ്ഞ് ഞാൻ ഒഴിവാക്കാൻ ശ്രമിച്ചെങ്കിലും അയാൾ എന്നോടൊപ്പം നടന്നുകൊണ്ടേയിരുന്നു. അയാളെ ഒഴിവാക്കാനായി തൊട്ടടുത്ത മെട്രോ സ്റ്റേഷനിൽ കയറിയാലോ എന്നു ഞാൻ ആ ലോചിച്ചു.

“നിങ്ങൾക്ക് ജനവീവിനെ കുറെ കാലമായി അറിയാമോ? മാജിക്കും മന്ത്രവാദവും ഒക്കെകൊണ്ട് നിങ്ങളേയും മുഷിപ്പിച്ചു തുട ങ്ങിയോ?” എന്നയാൾ ചോദിച്ചതിന് “ഇല്ലേയില്ല” എന്നു ഞാൻ മറുപടി നൽകി.

എന്റെ അഡ്രസ്സ് ചോദിച്ചറിഞ്ഞ് കറുത്ത ചട്ടയിട്ട പുസ്തക ത്തിൽ എഴുതിച്ചേർക്കാൻ അയാൾ പരമാവധി ശ്രമിക്കുമെന്ന് എനിക്കു

തീർച്ചയുണ്ടായിരുന്നു. “ഞാൻ നഗരത്തിനു പുറത്താണ് താമസം, സാക്ലൂവിൽ” എന്നു നുണ പറയേണ്ടി വന്നതിൽ എനിക്കല്പം ലജ്ജ തോന്നിയെന്നതു സത്യം. അയാൾ കറുത്ത പുസ്തകം പുറത്തെടുത്തു. ഞാനൊരു അഡ്രസ് സങ്കല്പിച്ചെടുത്തു അനട്ടോൾഫ്രാൻസ് എന്നോ റോമാറോളാങ് എന്നോ പേരുള്ള ഒരവെന്യൂ. “ഫോൺ നമ്പറുണ്ടോ?” ഒന്നു മടിച്ചിട്ടാണെങ്കിലും വ്യാജനമ്പർ പറഞ്ഞു കൊടുത്തു. അയാളതൊക്കെ ശ്രദ്ധാപൂർവം കുറിച്ചിട്ടു.

“എനിക്ക് സിനിമയിലിറങ്ങണമെന്നും അതിനായി അഭിനയം പഠിക്കണമെന്നുണ്ട്. നിങ്ങൾക്ക് അത്തരം പരിശീലനക്ലാസുകളെക്കുറിച്ച് അറിയാമോ?”

അയാളെന്നെ വിടാനുള്ള ഭാവമില്ല. “പലരും പറയുന്നു എനിക്കതിനു തക്ക സൗന്ദര്യമുണ്ടെന്ന്.” അയാൾക്ക് നല്ല പൊക്കം ഉണ്ടായിരുന്നു, മുഖലക്ഷണവും നന്ന്, കറുത്ത ചുരുണ്ട മുടി. “പാരീസിൽ അത്തരം മുഴത്തിനൊന്ന് എന്ന കണക്കിന് കോച്ചിംഗ് സെന്ററുകളുണ്ട്.” മുഴത്തിനൊന്നെന്ന വണ്ണം എന്നു ഞാൻ പറഞ്ഞ ശൈലി കേട്ടാവണം അയാളൊന്ന് അന്തം വിട്ടപോലെ. മഞ്ഞുവീഴ്ച ശക്തിപ്പെട്ടു വന്നിരുന്നു. അയാൾ കടുവാ ജാക്കറ്റിന്റെ സിപ്പ് കഴുത്തുവരെ വലിച്ചു കയറ്റിയശേഷം മഞ്ഞുകൊള്ളാതിരിക്കാൻ കോളറും പൊക്കിവെച്ചു. ഞാൻ മെട്രോ സ്റ്റേഷനിലേക്കു കടന്നു, അയാളെന്നെ പിന്തുടർന്നേക്കുമെന്ന് ഞാൻ ഭയന്നു. യാത്ര പറയാൻ പോലും കൂട്ടാക്കാതെ, തിരിഞ്ഞുനോക്കാതെ ഞാൻ മെട്രോ സ്റ്റേഷന്റെ പടവുകളിറങ്ങിയോടി. പ്ലാറ്റ്ഫോമിലെത്തിയതും എനിക്കു പിന്നിൽ വാതിലും അടഞ്ഞു.

6

തന്റെ സഹോദരനോട് ഞാൻ പെരുമാറിയ രീതി, ജനവീവ് ഡലാമിനെ ഒട്ടും അദ്ഭുതപ്പെടുത്തിയില്ല. കാരണം അവളും കള്ള അഡ്രസ്സല്ലേ അയാൾക്കു നൽകിയത്? പൈസ ചോദിക്കാനാണ് അവളെത്തേടി അയാൾ കഫേയിലെത്തിയതത്രെ. അതായത് ഞാനും അവളും അതിരാവിലെ കണ്ടുമുട്ടാറുള്ള ഈ കഫേയുടെ കാര്യവും അവളെവിടെയാണ് ജോലിയെടുക്കുന്നതെന്നും ഒക്കെ അവളുടെ സഹോദരനറിയാം. ശല്യക്കാരെ ഒഴിവാക്കുന്നത് അത്ര വലിയ ബുദ്ധിമുട്ടുള്ള കാര്യമല്ല എന്നായിരുന്നു അവളുടെ നിലപാട്. പക്ഷേ എനിക്ക് അവളുടെ ശുഭാപ്തിവിശ്വാസത്തോട് ഒട്ടും യോജിക്കാനായില്ല. ഒരു കുലക്കവുമില്ലാതെ, ശാന്തസ്വരത്തിൽ അവൾ കൂട്ടിച്ചേർത്തു നാട്ടിലേക്കു തിരിച്ചുപോയി തരികിട പദ്ധതികളുമായി അയാൾ പഴയപടി ജീവിതം തുടരുമെന്ന്. 'തരികിട പദ്ധതികൾ' അതവളുപയോഗിച്ച പദമാണ്. ദിവസങ്ങൾ കഴിഞ്ഞു പോയി. അവന്റെ നിഴലുപോലും പിന്നെ ഞങ്ങൾ കണ്ടില്ല. ഒരുവേള അവൾ കണക്കു കൂട്ടിയപോലെ നാട്ടിലേക്കു തിരിച്ചു പൊയ്ക്കാണും.

ഞാനിടയ്ക്കൊക്കെ ഇങ്ങനെ സങ്കല്പിക്കും. അവളുടെ സഹോദരൻ ഫോൺ ബൂത്തിൽ കയറി ഞാൻ കൊടുത്ത നമ്പർ ഡയൽ ചെയ്യുന്നത്. ആരും എടുത്തെന്നു വരില്ല. അതല്ലെങ്കിൽ വെട്ടൊന്ന്, തുണ്ടം രണ്ട് എന്ന മട്ടിലുള്ള 'നിങ്ങൾ ഡയലുചെയ്ത നമ്പർ നിലവിലില്ല' എന്നാവും ഉത്തരം. ആ വർഷം തണുപ്പ് അതികഠിനമായിരുന്നു. കടുവാജാക്കറ്റും ധരിച്ച്, കോളർ ഉയർത്തിവെച്ച്, മെട്രോയിൽ കയറി, സെയിൻ നദി താണ്ടി, സാക്ലൂവിലെത്തി ഞാൻ കൊടുത്ത വ്യാജ അഡ്രസ് തേടിപ്പിടിക്കാനുള്ള അയാളുടെ ശ്രമവും ഞാൻ സങ്കല്പിച്ചെടുക്കും. അന്തമില്ലാത്ത ശ്രമം.

7

ജനവീവ് ഡലാം പതിവായി ഒരു സ്ത്രീയെ, സ്നേഹിതയെന്നാണ് പറഞ്ഞത്, കാണാൻ പോകാറുണ്ടായിരുന്നു. സ്നേഹിത, മന്ത്രവിദ്യ കളിൽ നിപുണയായിരുന്നത്രെ. ഞങ്ങളുടെ കൂടിക്കാഴ്ചയെപ്പറ്റിയും ഞാനവൾക്ക് 'തന്ത്രമന്ത്രങ്ങളുടെ നിഘണ്ടു', 'മാലാഖയുടെ സ്മരണാർത്ഥം' എന്നീ പുസ്തകങ്ങൾ നൽകിയതിനെപ്പറ്റിയും ജനവീവ് സ്നേഹിതയോടു പറഞ്ഞിരിക്കണം. ഒരു ദിവസം മാഡലീൻ പെറോയെ കാണാൻ - അതായിരുന്നു അവരുടെ പേര് - കൂടെ വരണമെന്ന് ജനവീവ് എന്നോടു പറഞ്ഞു. അമ്പതു വഷങ്ങൾക്കുശേഷം മാഡലീൻ പെറോ എന്ന പേര് ഓർമ്മിച്ചെടുക്കാൻ എനിക്ക് ഏറെ മെനക്കടേണ്ടി വന്നു. അലക്ഷ്യമെന്ന നേരിയ പുതപ്പിനു കീഴിൽ എത്രയെത്ര ഓർമ്മകളാണ് മങ്ങി മരവിച്ച് കിടക്കുന്നത്. അതെ, മാഡലീൻ പെറോ തന്നെ. ഒരുവേള പേര് മാഡലീൻ അല്ലെന്നു വരുമോ എന്തോ.

വാൽഡുഗ്രാസ് റോഡിന്റെ തുടക്കത്തിലാണ് ഒമ്പതാം നമ്പർ വീട്. അവിടെയാണവർ താമസിച്ചിരുന്നത്. അതിനു ശേഷം പല തവണ ആ ഗേറ്റിനു മുന്നിലൂടെ പോയിട്ടുണ്ട്. ഗേറ്റ് കടന്നാൽ ഒരു കൊച്ചു പൂന്തോട്ടം. മൂന്നു ഭാഗത്തും വലിയ ജാലകങ്ങളുള്ള കെട്ടിടങ്ങൾ. ഇതാ ഈയിടയ്ക്ക്, രണ്ടാഴ്ച മുന്നേ യാദൃച്ഛികമായി ഞാനാ വഴിയെ പോയിരുന്നു. പണ്ട് ഞാനും ജനവീവ് ഡലാമും ആ ഗേറ്റ് കടന്ന് അകത്തു പോകാറുണ്ടായിരുന്ന അതേ സമയം. വൈകീട്ട് അഞ്ചുമണി. തണുപ്പുകാലങ്ങളിൽ വൈകീട്ട് അഞ്ചു മണിയോടെ ഇരുട്ടു വീണു കഴിഞ്ഞിരിക്കും, ജനാലകളിലൂടെ മുറിക്കകത്തെ വെളിച്ചം പുറത്തേക്ക് അരിച്ചിറങ്ങും. ഭൂതകാലത്തിലേക്ക് ഊളിയിട്ട പ്രതീതിയാണ് അന്നെനിക്ക് ഉണ്ടായത്. അതല്ലെങ്കിൽ എന്നെ സംബന്ധിച്ചേടത്തോളം സമയം, ഒരു ഘട്ടത്തിൽ സ്തംഭിച്ചു പോയതു പോലെ.

കടും തവിട്ടു നിറത്തിലുള്ള മുടിയായിരുന്നു മാഡലീൻ പെറോയുടേത്. ഏതാണ്ട് നാല്പതിനടുത്തു പ്രായം. മുടി ബണ്ണുപോലെ

ചുരുട്ടിവെച്ചിരിക്കും, വിളറിയ കണ്ണുകൾ, നടപ്പും ഇരിപ്പുമൊക്കെ ഒരു മുൻകാല ഡാൻസുകാരിയുടേതുപോലെ. ജനവീവ് ഡലാം അവരെ എങ്ങനെയാവും കണ്ടുമുട്ടിയിരിക്കുക? ആദ്യം യോഗ പഠിക്കാൻ ചെന്നതാണത്രെ. പക്ഷേ എന്നെ പെറോയുമായി പരിചയപ്പെടുത്തുന്നതിനു മുമ്പ് ജനവീവ് അവരെ ഡോക്ടർ പെറോ എന്നാണ് പരാമർശിച്ചിരുന്നത്. അവർ ശരിക്കും മെഡിക്കൽ ഡോക്ടർ ആയിരുന്നോ എന്തോ. ഇതൊക്കെ അമ്പതു കൊല്ലങ്ങൾക്കു മുൻപ് നടന്ന സംഭവങ്ങളാണ്. ആ അമ്പതു വർഷങ്ങൾക്കിടയ്ക്ക് ഞാനിവരെ പ്പറ്റിയോ, ഇത്തരം കൊച്ചു കൂടിക്കാഴ്ചകളെക്കുറിച്ചോ ഒരിക്കലും ഓർത്തിട്ടില്ല.

അന്നത്തെ ആ പരിചയപ്പെടലിനുശേഷം ഞാൻ ജനവീവ് ഡലാമിനോടൊത്ത് പിന്നേയും പലതവണ മാഡലിൻ പെറോയെ സന്ദർശിക്കുകയുണ്ടായി. എല്ലായ്പോഴും വ്യാഴാഴ്ചകളിൽ വൈകീട്ട് അഞ്ചു മണിക്ക്. അവർ നിശ്ശബ്ദയായി ഞങ്ങളെ ഇടനാഴിയിലൂടെ തളത്തിലേക്കു കൂട്ടിക്കൊണ്ടു പോകും. അവിടെയുള്ള രണ്ടു വലിയ ജനാലകളിലൂടെ പുറത്തെ പൂന്തോട്ടം കാണാമായിരുന്നു. ജനാലയ്ക്കെതിരെയുള്ള ചുവന്ന സോഫയിൽ ഞാനും ജനവീവ് ഡലാമും സ്ഥലം പിടിക്കും. മാഡലീൻ പെറോ താഴെ കുഷ്യനിൽ കാലുകൾ മടക്കി, നട്ടെല്ലു ഒട്ടും വളയാതെ ഇരിപ്പുറപ്പിക്കും. ആദ്യത്തെ കൂടിക്കാഴ്ചയിൽ അവരെന്നോടു ചോദിച്ചു പഠിക്കുകയാണോ എന്ന്. അല്ലെന്ന് ഞാൻ മറുപടി നൽകി. മിലിറ്ററി സർവീസിൽ നിന്ന് കുറെക്കാലത്തേക്കു കൂടി ഒഴിഞ്ഞു മാറാനായി ഞാൻ സോർബോൺ യൂണിവേഴ്സിറ്റിയിൽ ഒരു കോഴ്സിനു ചേർന്നിരുന്നുവെന്നതു നേരായിരുന്നു, പക്ഷേ ഒരൊറ്റ ക്ലാസിൽ പോലും ഹാജരായിരുന്നില്ല. പേരിനൊരു സ്റ്റുഡന്റ് അത്രതന്നെ. എനിക്കു ജോലിയുണ്ടോ എന്ന് അവർക്ക് അറിയണമായിരുന്നു. പല പുസ്തകവില്പനക്കാരുടേയും ഡീലറാണ് ഞാനെന്നു പറയാൻ എനിക്കു വിഷമം. കാരണം ഡീലർ എന്ന പദം എനിക്കു ഒട്ടുമേ ഇഷ്ടപ്പെട്ടിരുന്നില്ല. പിന്നെ മ്യൂസിക് പബ്ലിഷേഴ്സിന്റെ കൂട്ടായ്മയിലും ഞാൻ അംഗമായിരുന്നല്ലോ. എന്നെങ്കിലും പാട്ടെഴുതി പ്രസിദ്ധനാകാമെന്ന പ്രതീക്ഷയുമായി. “അപ്പോ അച്ഛനമ്മമാർ?” അപ്പഴാണെനിക്ക് ബോധ്യം വന്നത് ആ പ്രായത്തിൽ എനിക്ക് വൈകാരികവും നൈതികവും സാമ്പത്തികവുമായ സഹായം നൽകാൻ അച്ഛനമ്മമാരുണ്ടായിരുന്നെങ്കിൽ എന്ന്. പക്ഷേ ഇല്ല, അച്ഛനമ്മമാരില്ല. എന്റെ ഉദാസീനത നിറഞ്ഞ മറുപടി കേട്ടിട്ടാവണം അവർ പിന്നീട് എന്റെ കുടുംബത്തെക്കുറിച്ച് കൂടുതലൊന്നും ചോദിച്ചില്ല. എങ്കിലും ചോദിച്ചതിനൊക്കെ എന്നെപ്പറ്റി, എന്റെ ജീവിതത്തെപ്പറ്റി, സ്വാഭാവികമായി നേരെ ചൊവ്വെയുള്ള മറുപടികൾ ഞാൻ

നൽകിയത് ഇതാദ്യമായിട്ടായിരുന്നു. അന്നുവരെ അത്തരം ചോദ്യങ്ങളിൽ നിന്ന് ഞാൻ ഒഴിഞ്ഞുമാറാൻ ശ്രമിച്ചിട്ടേയുള്ളൂ. കാരണം ചോദ്യം ചെയ്യൽ പരിപാടി എന്നിൽ സംശയങ്ങളുണർത്തി. ഒരുവേള മാഡലീൻ പെറോയുടെ നോട്ടവും ശബ്ദവും എന്നിൽ ആശ്വാസവും ശാന്തിയും ഉളവാക്കിയിരിക്കാം. അതല്ലെങ്കിൽ എന്റെ വാക്കുകൾ ഒരാൾ ശ്രദ്ധയോടെ കേൾക്കുന്നുവെന്ന വസ്തുത, അങ്ങനെ പതിവില്ലാത്തതുകൊണ്ട്. അവരുടെ ചോദ്യങ്ങൾ ഉചിതമായിരുന്നു, എവിടെയാണ് സൂചി കുത്തേണ്ടതെന്ന തെളിവായ ബോധമുള്ള അക്യുപങ്ചറിസ്റ്റിനെപ്പോലെ. അതുമല്ല, ജനവീവ് ഡലാം ഒന്നിലധികം തവണ അവരെ ഡോക്ടർ എന്നാണല്ലോ സംബോധന ചെയ്തത്. പിന്നെ ആ തളത്തിലെ നിശ്ശബ്ദത, പൂന്തോട്ടത്തെ കാഴ്ചവെയ്ക്കുന്ന ആ രണ്ടു വലിയ ജനാലകൾ. ജനാലകൾക്കിടയിലെ വിളക്ക്, അതിൽ നിന്നുള്ള വെളിച്ചവും നിഴലുകളും. അതെ, നിശ്ശബ്ദത. ഞങ്ങൾ പാരീസിൽത്തന്നെയോ എന്ന സംശയം ജനിപ്പിക്കുന്ന വിധം ചുറ്റും പരന്ന നിശ്ശബ്ദത. ഞാൻ പൊതുവെ കൂടുതൽ സമയവും മുറിക്കു പുറത്ത് ചെലവഴിക്കുന്നവനാണ്. പാരീസിലെ തെരുവുകളിൽ, ഉദ്യാനങ്ങളിൽ, കഫേകളിൽ, മെട്രോയിൽ, ഭക്ഷണശാലകളിൽ, സിനിമാ തിയേറ്ററുകളിൽ. ഡോക്ടർ പെറോയുടെ ഫ്ളാറ്റ് ഇതിൽ നിന്നൊക്കെ നേർവിപരീതമായിരുന്നു. പ്രത്യേകിച്ച് ശൈത്യകാലങ്ങളിൽ, അറുപതുകളിലെ മരംകോച്ചുന്ന തണുപ്പു കാലത്ത്. ഇന്നത്തെ തണുപ്പുകാലങ്ങളേക്കാൾ കൊടുംതണുപ്പ്. അന്നൊക്കെ ഞാനാശിച്ചു പോകുമായിരുന്നു അവരുടെ ഇളം ചൂടുള്ള ഫ്ളാറ്റിൽ അഭയം തേടാനായെങ്കിലെന്ന്, ശാന്തഗംഭീരമായ സ്വരത്തിൽ അവർ ചോദ്യങ്ങൾ ഉന്നയിക്കുമ്പോൾ വളച്ചുകെട്ടില്ലാതെ ഉത്തരം നൽകുമായിരുന്നെന്ന്.

8

മാഡലീൻ പെറോയുടെ ഫ്ളാറ്റ്. അകത്തളത്തിന്റെ അങ്ങേയറ്റത്ത് അധികം ഉയരമില്ലാത്ത ബുക്ഷെൽഫിൽ വെച്ചിരുന്ന പുസ്തകങ്ങൾ മറിച്ചു നോക്കാനുള്ള സ്വാതന്ത്ര്യം ഞാൻ കാണിച്ചു. വേറൊന്നിനുമല്ല, ചുമ്മാ ഒരു പുസ്തകപ്രേമിയുടെ കൗതുകം കൊണ്ടു മാത്രമെന്ന് ഞാനവരോടു പറഞ്ഞു. ഒരു ചെറുപുഞ്ചിരിയോടെ അവരെന്നെ പ്രോത്സാഹിപ്പിച്ചു "ഇഷ്ടപ്പെട്ടതെന്തെങ്കിലും കണ്ടാൽ എടുത്തോളൂ." മിക്കവയും മാന്ത്രികവിദ്യകളേയും പ്രകൃത്യാതീത ശക്തികളെയും കുറിച്ചുള്ളവ. അവയ്ക്കിടയിൽ ഒരു പുസ്തകം മാലാഖയുടെ സ്മരണയ്ക്കായി. പത്തു വർഷം മുമ്പ് പ്രസിദ്ധീകരിച്ചതാണ്. ഈ പുസ്തകത്തിന്റെ ഒരു കോപ്പി ഞാൻ ജനവീവിനു സമ്മാനിച്ചിരുന്നു. "എനിക്കു ശരിക്കും അതിശയം തോന്നീ കേട്ടോ. നിങ്ങൾക്ക് ഈ പുസ്തകത്തെക്കുറിച്ച് അറിയാമെന്നത്." അതെന്തോ ഈ പുസ്തകം അവരെ മറ്റെന്തോ ഓർമ്മപ്പെടുത്തുന്നപോലെ, വെറും നോവലെന്നതിൽക്കവിഞ്ഞ് സ്വകാര്യമായ മറ്റെന്തോ.

ഞാനത് ഷെൽഫിൽ നിന്നു വലിച്ചെടുത്ത് യാന്ത്രികമായി തുറന്നു നോക്കി. ശീർഷകപ്പേജിൽ നിനക്ക് മാലാഖയുടെ സ്മരണയ്ക്കായി ഐറീൻ, മെഗേവ്, ലൂമൂവേചുരം. ഞാനതു വായിക്കുന്നത് അവർ കണ്ടു. മെഗേവ് ഫ്രഞ്ച് ആൽപ്സിലെ സ്കീയിംഗ് റിസോർട്ടാണ്. ലൂമൂവേ ഏറ്റവും ദുർഘടം പിടിച്ച ചുരവും. അവൾക്കെന്തോ ഒരു പരുങ്ങൽ. "നല്ല നോവലാണ്." പിന്നെ അല്പം ആധികാരികസ്വരത്തിൽ അവൾ കൂട്ടിച്ചേർത്തു. "പക്ഷേ നിങ്ങൾ രണ്ടുപേരും നിശ്ചയമായും വായിച്ചിരിക്കേണ്ട വേറേയും പുസ്തകങ്ങൾ എന്റെ പക്കൽ ഉണ്ട്." മറ്റൊരു സായാഹ്നം. ചുവന്ന സോഫയിൽ ഞാനും ജനവീവും ഇരിപ്പാണ്. ഞങ്ങൾക്കിടയിലായി അവരൊരു പുസ്തകം വെച്ചു. ശ്രദ്ധേയരുമായുള്ള കൂടിക്കാഴ്ചകൾ.

ഇന്ന്, അമ്പതു വർഷങ്ങൾക്കുശേഷം ആ തലക്കെട്ടും, കൂടിക്കാഴ്ചകളെന്ന വാക്കും എന്നെ ഞാനന്നുവരെ ചിന്തിക്കാതിരുന്ന ചില

കാര്യങ്ങൾ ഓർമ്മിപ്പിക്കുന്നു. അക്കാലത്ത് യൂണിവേഴ്സിറ്റി വിദ്യാർത്ഥികളെ ഏറെ സ്വാധീനിച്ചിരുന്ന നാലഞ്ച് ആത്മീയഗുരുക്കന്മാർ ഉണ്ടായിരുന്നു. സമപ്രായക്കാരിൽ നിന്നു വ്യത്യസ്തനായി, ഞാനൊരിക്കലും അവരെ തേടി ചെന്നിട്ടില്ല, അവരുടെ ശിഷ്യനാവാനും ശ്രമിച്ചിട്ടില്ല. അതെന്തേ? ക്ലാസുകളിൽ കയറാതെ, കടുത്ത ആശയക്കുഴപ്പത്തിൽപ്പെട്ട് ഏകാന്തനായി നാളുകൾ കഴിച്ചുകൂട്ടിയിരുന്ന ഞാൻ സ്വാഭാവികമായും ഒരു ഗുരുവിന്റെ, മാർഗ്ഗദർശിയുടെ സഹായം തേടേണ്ടതായിരുന്നു. അത്തരം ഒരു വ്യക്തിയെ മാത്രമേ ഞാൻ ഓർക്കുന്നുള്ളൂ. ഒരു രാത്രി വളരെ വൈകി കോളിസി റോഡിൽ വെച്ച് ഞാനയാളെ യാദൃച്ഛികമായി കാണുകയുണ്ടായി. യൂണിവഴ്സിറ്റിയുടെ പരിസരങ്ങളിൽ കാണപ്പെടേണ്ട വ്യക്തിയാണ്. ആ രാത്രിയിൽ അദ്ദേഹത്തിന്റെ നിലയുറയ്ക്കാത്ത നടത്തവും കണ്ണുകളിലെ ദുഃഖവും ഉദ്വേഗവും എന്നെ വല്ലാതെ ഉലച്ചു. ആകപ്പാടെ ദിക്ഭ്രാന്തന്റെ മട്ട്. അദ്ദേഹം ആവശ്യപ്പെട്ടതനുസരിച്ച് ഞാൻ കൈപിടിച്ച് ഏറ്റവും അടുത്തുള്ള ടാക്സിസ്റ്റാൻഡിലെത്തിച്ചു.

തുടക്കത്തിലേ ഞാൻ ഊഹിച്ചതാണ് ഡോക്ടർ പെറോയ്ക്ക് ജനവീവിനെ ഏറെ സ്വാധീനിക്കാനായിട്ടുണ്ടെന്ന്. ഒരു സായാഹ്നത്തിൽ അവരുടെ വീടുവിട്ടിറങ്ങി, പൂന്തോട്ടം മുറിച്ചു കടക്കവെ, ജനവീവ് പറഞ്ഞു മാഡ്‌ലീൻ പെറോ ഒരു പ്രത്യേക സംഘത്തിലെ അംഗമാണെന്ന്. മന്ത്രവാദവും മാജിക്കും മറ്റും പഠിക്കയും പ്രവർത്തിക്കുകയും ചെയ്യുന്ന ഒരു ഗൂഢസംഘം. അതെക്കുറിച്ച് അവൾക്ക് വലിയ പിടിയില്ലായിരുന്നു അതുകൊണ്ട് കൂടുതലൊന്നും വിശദീകരിക്കാനായില്ല. പ്രധാന വിഷയത്തിലേക്കു കടക്കും മുമ്പ് മാഡ്‌ലീൻ പെറോ ഇടയ്ക്കിടെ ഈ സംഘത്തെക്കുറിച്ച് പരോക്ഷമായി സൂചിപ്പിക്കുമായിരുന്നു. ജനവീവിന്റെ പ്രതികരണം അറിയാനാണെന്നത് നിസ്സംശയം. എന്നാലും എന്നോടു പറഞ്ഞതിൽ കൂടുതൽ കാര്യങ്ങൾ ജനവീവിന് അറിയാമെന്ന് എനിക്കു തോന്നി. കാരണം ഒരിക്കലവൾ പൊടുന്നനെ പറഞ്ഞു:

“അവരോടു ചോദിച്ചു നോക്ക്. അതെ, അവരുമായി ഇതേപ്പറ്റി സംസാരിക്കൂ.”

അവളുടെ നിർബന്ധം എനിക്കെന്തോ ആശ്ചര്യകരമായിത്തോന്നി.

“നിങ്ങൾക്കവളെ ഒരു പാടുകാലമായി അറിയാമോ?” ഞാൻ ചോദിച്ചു.

“ഇല്ല, അത്രയ്ക്ക് നീണ്ടകാലമൊന്നുമില്ല. ഒരു ദിവസം ഉച്ചതിരിഞ്ഞ് അവരു താമസിക്കുന്ന ചുറ്റുവട്ടത്ത് വാൽഡുഗ്രാസിന്റെ എതിർവശത്തുള്ള കഫേയിൽ വെച്ച് കണ്ടുമുട്ടി.”

പിന്നേയും എന്തൊക്കേയോ വിശദാംശങ്ങൾ പറയാനൊരുങ്ങിയ താണ്, പക്ഷേ എന്തുകൊണ്ടോ അവൾ മൗനം പാലിച്ചു. ആധുനിക സ്കൂൾകെട്ടിടങ്ങൾക്ക് അതിരുപാകുന്ന വീതിയേറിയ പാതയിൽ ഞങ്ങൾ എത്തിയിരുന്നു. ഈ പാരീസ് ചുറ്റുപാടിന് ഏതോ വിദേശ നഗരത്തിന്റെ, ബെർളിൻ, ലോസെൻ അഥവാ റോം ഛായയുണ്ട്. അതു കൊണ്ടുതന്നെ നാം നമ്മളല്ലെന്ന, സ്വപ്നാടകരാണെന്ന തോന്നലു ണ്ടാകും.

"നിങ്ങളവരോട് ഇതെപ്പറ്റി സംസാരിക്കുകതന്നെ വേണം." അവ ളുടെ സ്വരത്തിൽ ഉത്കണ്ഠ. എന്തോ സഹായാഭ്യർത്ഥന നടത്തും പോലെ. "അവർ എല്ലാം വളരെ വേഗം പഠിപ്പിച്ചു തരും."

വളരെ വേഗം പഠിപ്പിച്ചു തരുമെന്നോ എന്ത് എന്ന് ഞാൻ ചോദി ക്കാൻ തുടങ്ങിയതാണ്. പക്ഷേ അത്തരമൊരു നേരിട്ടുള്ള ചോദ്യം അവളുടെ അസ്വസ്ഥത വർദ്ധിപ്പിക്കുകയേയുള്ളു. കാരണം അവൾ ശരിക്കും ഡോക്ടർ പെറോയുടെ സ്വാധീനത്തിലാണ്.

"ശരി, സംസാരിക്കാം."

കഷ്ടപ്പെട്ടാണെങ്കിലും ശാന്തവും അലസവുമായ സ്വരത്തിൽ മറുപടി പറയാൻ ഞാൻ ശ്രമിച്ചു.

"അടുത്ത വ്യാഴാഴ്ചയാവട്ടെ. നമ്മളവരെ കാണാൻ പോകുമല്ലോ. എനിക്കും അവരൊരു സമസ്യയാണ്. ബുദ്ധിമതിയാണെന്നു തോന്നുന്നു. അവരെക്കുറിച്ച് കൂടുതൽ അറിയാനാഗ്രഹമുണ്ട്."

ഞങ്ങൾ അവളുടെ താമസസ്ഥലത്തിനു മുന്നിൽ എത്തിയിരുന്നു. അവൾക്കെന്തോ ആശ്വാസമായതുപോലെ. മുഖത്തൊരു പുഞ്ചിരി. ഡോക്ടർ പെറോയെക്കുറിച്ചുള്ള എന്റെ ജിജ്ഞാസ അവളെ തൃപ്ത യാക്കിയപോലെ. ഞാൻ പറഞ്ഞത് സത്യമായിരുന്നു. ബാല്യകൗമാര കാലങ്ങൾ മുതൽ എനിക്ക് പാരീസ് നഗരത്തിന്റെ നിഗൂഢതകളോട് കടുത്ത ആകർഷണവും അടങ്ങാത്ത ജിജ്ഞാസയും തോന്നി ത്തുടങ്ങിയിരുന്നു.

9

പക്ഷേ വ്യാഴാഴ്ച വരെ കാത്തിരിക്കാൻ എനിക്കായില്ല. അതിനു മുമ്പൊരു ദിവസം ജനവീവിനെ പോളിഡോർ സ്റ്റുഡിയോ വരെ അനുഗമിച്ചശേഷം എതിർവശത്തേക്കുള്ള മെട്രോ പിടിച്ച് ഞാൻ സെൻഷ്യർ ഡുബെന്റണിലിറങ്ങി നേരെ വാൽഡുഗ്രാസിലേക്കു വെച്ചു പിടിച്ചു.

ഗേറ്റിലെത്തി, നടത്തത്തിന്റെ വേഗത കുറയ്ക്കാതെ പൂന്തോട്ടം മുറിച്ചു കടന്നു. കെട്ടിടത്തിന്റെ പ്രധാനവാതിലിലെത്തിയപ്പോഴാണ് എനിക്ക് തോന്നിയത് നേരത്തെ ഫോൺ ചെയ്ത് അവർക്കു സൗകര്യ മുണ്ടോ എന്നു തിരക്കണമായിരുന്നെന്ന്.

അവരുടെ ഡോർബെല്ലിന്റെ ശബ്ദം എന്നെ തികച്ചും അത്ഭുത പ്പെടുത്തി. ഇതിനു മുമ്പ് ജനവീവിനോടൊപ്പം വന്നപ്പോഴൊന്നും ഞാനതു ശ്രദ്ധിച്ചിട്ടില്ലായിരുന്നു. മൃദുവായ ശബ്ദതരംഗങ്ങൾ ചുരുള ഴിയുംപോലെ. ഏതു നിമിഷവും അതു അലിഞ്ഞലിഞ്ഞില്ലാതാവും പോലെ. ഞാൻ ബട്ടണിൽ വിരലമർത്തി നിന്നു. മാഡലീൻ പെറോ അഥവാ പിന്നിലത്തെ മുറിയിലാണെങ്കിൽ കേട്ടില്ലെന്നു വന്നാലോ.

കാലടികളുടെ ശബ്ദമൊന്നും എനിക്കു കേൾക്കാനായില്ല എങ്കിലും വാതിൽ പതുക്കെ അല്പമൊന്ന് തുറക്കപ്പെട്ടു. സന്ദർശകരേയും പ്രതീക്ഷിച്ച് അവർ വാതിലിനു പുറകിൽ നില്പുണ്ടായിരുന്നോ? എന്നെ കണ്ട് അവരുടെ മുഖത്ത് ലവലേശം അദ്ഭുതമില്ല. ഒന്നും ഉരിയാടാതെ എന്നത്തേയും പോലെ അവരെന്നെ തളത്തിലേക്കു കൂട്ടി ക്കൊണ്ടു പോയി. ഇതാദ്യമായിട്ടാണ് പകൽനേരത്ത് ഞാനീ തള ത്തിലെത്തുന്നത്. മരപ്പാളികൾ പാകിയ നിലത്ത് വെയിൽക്കീറുകൾ ഇളകിയാടുന്നു. ജനാലയിലൂടെ പൂന്തോട്ടം കാണാം. നേർത്ത മഞ്ഞു പുതച്ച പൂന്തോട്ടം. ജനവീവിനോടൊപ്പം സായംസന്ധ്യകളിൽ ഇവിടെ യെത്തുമ്പോൾ പാരീസിനു പുറത്തെവിടേയോ ആണെന്ന തോന്ന ലുണ്ടാവുമായിരുന്നു, ഇപ്പഴോ പാരീസിൽ നിന്ന് വളരെ വളരെ ദൂരെ യാണെന്ന പ്രതീതി.

ചുവന്ന സോഫയിൽ എന്റെ ഇടതു വശത്തായി അവരിരുന്നു. ജനവീവ് ഇരിക്കാറുള്ള സ്ഥലം. അവരെന്നെ തറപ്പിച്ചു നോക്കുകയാണ്.

“ജനവീവ് ദാ വിളിച്ചതേയുള്ളൂ, നിങ്ങളെന്നെ കാണാനെത്തുമെന്നും പറഞ്ഞ്. ഞാൻ നിങ്ങളേയും കാത്തിരിക്കയായിരുന്നു.”

അപ്പോൾ ഇതൊക്കെ ഞാനറിയാതെ മുൻകൂട്ടി പ്ലാൻ ചെയ്യപ്പെട്ടതാണെന്നോ? ഒരുവേള ഞാനറിയാതെ ഇവരിരുവരും കൂടി എന്നെ ഹിപ്നോട്ടൈസ് ചെയ്ത് വിവരങ്ങൾ ചോർത്തിയിരിക്കുമോ?

“അവൾ വിളിച്ചിരുന്നോ?”

ഇത്തരമൊരു സീൻ മുമ്പെപ്പോഴോ ഏതോ സ്വപ്നത്തിൽ കണ്ടിട്ടുണ്ടെന്ന തോന്നൽ. പിന്നിലെ ബുക്ക്ഷെൽഫിൽ വെയിൽ നാളങ്ങൾ നൃത്തം ചെയ്യുന്നു. ഒരു നിമിഷനേരത്തെ നിശ്ശബ്ദത. അത് ഭേദിക്കേണ്ടത് എറെ ഊഴമാണ്.

“നിങ്ങൾ തന്ന പുസ്തകം ഞാൻ വായിച്ചു. ശ്രദ്ധേയരുമായുള്ള കൂടിക്കാഴ്ചകൾ. ഞാനതേപ്പറ്റി കേട്ടിരുന്നു.”

“അതേയോ, നിങ്ങളീ പുസ്തകത്തെപ്പറ്റി കേട്ടിരുന്നോ അതെങ്ങനെ?”

അവരുടെ മുഖത്ത് പരിഭ്രമവും താത്പര്യവും എനിക്കെന്തൊക്കെയോ രഹസ്യങ്ങൾ അറിയാമായിരിക്കുമെന്ന ആശങ്ക അവർക്കുള്ളതുപോലെ.

ഞാനൊരുപാടു കാലം ഓട്സ്വായിൽ താമസിച്ചിട്ടുണ്ട്. അവിടെ ഗുരുജിയുടെ ഒരുപാടു ശിഷ്യർ ഉണ്ടായിരുന്നു.

അവരുടെ കണ്ണുകളിൽ നോക്കി വളരെ പതുക്കെയാണ് ഞാനതു പറഞ്ഞത്.

ഓട്സ്വായിൽ.

ഓട്സ്വായിലെ ബോർഡിംഗ് സ്കൂളിൽ പഠിക്കുന്ന കാലത്ത് എന്റെ സഹപാഠിയായിരുന്നു പിയർ ആൻഡ്രൂ. അവന്റെ അച്ഛനമ്മമാരുടെ ആത്മീയഗുരുവായിരുന്നത്രെ ഈ പുസ്തകമെഴുതിയ ജോർജ് ഇവാനോവിച്ച് ഗുർജിയേഫ്. ഒരൊഴിവു ദിനത്തിൽ ആൻഡ്രൂവിന്റെ അമ്മ അവിടെയടുത്ത് അവരുടെ ഒരു കൂട്ടുകാരിയെ കാണാൻ പോയപ്പോൾ ഞങ്ങളേയും ഒപ്പം കൂട്ടി. ആ കൂട്ടുകാരിക്ക് മെഡിക്കൽ ഷോപ്പിലായിരുന്നു ജോലി. അവരും ഗുർജിയേഫിന്റെ ശിഷ്യയായിരുന്നു. അവരുടെ സംഭാഷണശകലങ്ങൾ എന്റെ കാതിൽ വീണിരുന്നു. അത് ഇത്തരമൊരു സംഘത്തെക്കുറിച്ചായിരുന്നു. തന്റെ പ്രബോധനങ്ങൾ പ്രചരിപ്പിക്കാൻ തനിക്കു ചുറ്റുമായി ഗുർജിയേഫ് സംഘടിപ്പിച്ച

സംഘങ്ങൾ. സംഘങ്ങൾ എന്ന പദം അന്നേ എന്നിൽ കൗതുക മുണർത്തിയിരുന്നു.

വിശദാംശങ്ങളിൽ അവർക്കു താത്പര്യമില്ലെന്നു തോന്നി. അപ്രതീക്ഷിതമായ ചോദ്യങ്ങളിലൂടെ ഒരു പൊലീസുകാരനെ പ്പോലെ ഞാൻ കുറ്റസമ്മതം ചോർത്തിയെടുക്കുകയാണെന്ന പ്രതീതി. പക്ഷേ ഞാൻ പൊലീസുകാരനല്ല, നല്ലവനായ ഒരു ചെറുപ്പ ക്കാരൻ മാത്രം.

അതെ ഓട്ട്സ്വായിൽ പ്ലാറ്റൂ ഡാസിക്കടുത്ത്... മെഗേവിൽ നിന്ന് അധികം ദൂരമില്ല.

ആ പുസ്തകത്തിൽ എഴുതിയിരുന്നത് ഞാനോർമ്മിച്ചു നിനക്ക്, മെഗേവ്, ലൂമൂവെപാ...

"എന്നിട്ട് നിങ്ങൾ ഗുരുജിയുടെ ശിഷ്യരിൽ ചിലരെ കണ്ടോ?"

"ഉവ്വ്, ചിലരെ."

അവരിൽ ചിലരുടെ പേരുകൾ കേൾക്കാൻ അവർ കാതോർത്തി രിക്കുകയാണെന്ന് എനിക്കു തോന്നി.

"എന്റെയൊരു ക്ലാസ്മേറ്റിന്റെ അമ്മ പിന്നെ അവരുടെ കൂട്ടു കാരി അവർക്കൊരു മെഡിക്കൽ ഷോപ്പുണ്ടായിരുന്നു, പ്ലാറ്റൂ ഡാസി യിൽ."

അവരുടെ മുഖത്ത് വ്യക്തമായ ആശ്ചര്യം.

"പക്ഷേ എനിക്കവരെ അറിയാം. ഒരുപാടു കാലം മുമ്പ് പ്ലാറ്റൂ ഡാസിയിലെ മെഡിക്കൽ ഷോപ്പിലെ. അവരുടെ പേരും ജനവീവ് എന്നായിരുന്നു. ജനവീവ് ലീഫ്."

എനിക്കവരുടെ പേര് അറിയില്ലായിരുന്നു.

ഡോക്ടർ പെറോ തല ചെരിച്ചു പിടിച്ച് എന്തൊക്കെയോ കൃത്യമായി ഓർത്തെടുക്കാൻ ശ്രമിച്ചു. അക്കാലത്തെ വിശദാംശ ങ്ങൾ.

"ഞാനവരെ പലതവണ കാണാൻ പോയിട്ടുണ്ട്. പ്ലാറ്റൂ ഡാസി യിൽ."

അവർ ചിന്തയിലാണ്ടു. എന്റെ സാന്നിദ്ധ്യം അവർ മറന്നു പോയി രിക്കുന്നു. ഞാൻ മൗനം പാലിച്ചു. അവരുടെ ചിന്താധാരയിൽ ഇടങ്കോ ലിടരുതല്ലോ.

അല്പനേരത്തിനുശേഷം അവർ എന്റെ നേരെ തിരിഞ്ഞു.

"നിങ്ങൾ അതൊക്കെ എന്നെ വീണ്ടും ഓർമ്മിപ്പിക്കുമെന്ന് ഞാൻ കരുതിയതേയില്ല."

അവരുടെ അസ്വസ്ഥത കണ്ട് വിഷയം മാറ്റിയാലോ എന്നു ഞാൻ ചിന്തിച്ചു.

"ജനവീവ് പറഞ്ഞു നിങ്ങൾ യോഗാക്ലാസ് നടത്തുന്നുണ്ടെന്ന്. എനിക്കും നിങ്ങളിൽ നിന്ന് യോഗ പഠിച്ചാൽ കൊള്ളാമെന്നുണ്ട്."

ഞാനാ പറഞ്ഞത് അവരുടെ കാതിൽ വീണില്ല. അവരുടെ ശിരസ്സ് അല്പം കൂടി ചെരിഞ്ഞു. പ്ലാറ്റൂഡാസിയിലെ മെഡിക്കൽ ഷോപ്പുകാരിയെക്കുറിച്ചുള്ള ഓർമ്മകൾ സംഗ്രഹിച്ചെടുക്കുകയാവും.

അവർ എന്റെ അടുത്തേക്കു നീങ്ങിയിരുന്നു. ഞങ്ങളുടെ മുഖങ്ങൾ വളരെയടുത്ത്, എതാണ്ട് തൊട്ടു തൊട്ടില്ലെന്ന മട്ട്.

"എനിക്ക് അന്ന് വളരെ ചെറുപ്പമായിരുന്നു. ഏതാണ്ട് നിങ്ങളുടെ പ്രായം വരും. എനിക്കൊരു കൂട്ടുകാരി ഉണ്ടായിരുന്നു ഐറീൻ. അവളാണ് എന്നെ ഗുരുജിയുടെ യോഗങ്ങളിലേക്ക് ക്ഷണിച്ചത്. പാരീസിൽ കേണൽ റെനാർഡ് റോഡിൽ. അന്ന് അദ്ദേഹത്തിന് അസംഖ്യം ശിഷ്യരുണ്ടായിരുന്നു."

കരകരത്ത ശബ്ദത്തിൽ, അതിവേഗം അവർ പറഞ്ഞു. കുമ്പസാരിക്കുംപോലെ. എനിക്ക് അല്പം ജാള്യത അനുഭവപ്പെട്ടു. കുമ്പസാരം കേൾക്കാനുള്ള പ്രായമോ അനുഭവജ്ഞാനമോ എനിക്കില്ലായിരുന്നു.

"പിന്നെപ്പോഴോ ഐറീനോടൊപ്പം ഞാൻ ഓട്സ്വായിലെത്തി. മെഗേവ്, പ്ലാറ്റൂ ഡാസി അവിടത്തെ സാനിറ്റോറിയത്തിൽ അവൾ ചികിത്സ തേടി."

അവർ തന്റെ ജീവിതകഥ മുഴുവനും എന്നോടു പറയാൻ തയ്യാറായി നിൽക്കയാണ്. വർഷങ്ങളായി പല തരത്തിലുള്ളവരും പലപ്പോഴായി എന്നോട് ആത്മകഥ പറയാൻ തയ്യാറായിട്ടുണ്ട്. അതെന്തു കൊണ്ടാണെന്ന് ഞാനെപ്പോഴും ആശ്ചര്യം കൂറിയിട്ടുണ്ട്. ഒരുവേള ഞാനവരിൽ വിശ്വാസം ഉണർത്തിയിരിക്കാം. എനിക്ക് മറ്റുള്ളവർ പറയുന്നതു കേട്ടിരിക്കാനും ഇടയ്ക്കൊക്കെ ചോദ്യങ്ങൾ ചോദിക്കാനും ഇഷ്ടമാണ്. പലപ്പോഴും കഫേകളിൽ വെച്ച് അപരിചിതരുടെ സംഭാഷണശകലങ്ങൾ എന്റെ കാതുകൾ പിടിച്ചെടുക്കാറുണ്ട്. ഞാനവയൊക്കെ ഔചിത്യബോധത്തോടെ കുറിച്ചിടാറുമുണ്ട്. ആ വാക്കുകൾ എന്നന്നേക്കുമായി വിസ്മൃതിയിലാവരുതല്ലോ. അത്തരം അഞ്ചു കൈപ്പുസ്തകങ്ങൾ എന്റെ കൈവശമുണ്ട്. സമയവും തിയതിയും സ്ഥലവും എല്ലാം കിറുകൃത്യമായി രേഖപ്പെടുത്തിയിട്ടുമുണ്ട്.

"ഐറീനാണോ ആ പുസ്തകത്തിൽ എഴുതി ഒപ്പിട്ടിരിക്കുന്നത്?"

"അതെ."

"അതിലെഴുതിയിരിക്കുന്ന ലുമൂവെപാ എനിക്കു പരിചയമുള്ള സ്ഥലമാണ്."

അവളുടെ പുരികങ്ങൾ ചെറുതായൊന്നു ചുളിഞ്ഞു. എന്തോ ഓർമ്മിച്ചെടുക്കാൻ ശ്രമിക്കും പോലെ.

"അതൊരു നൈറ്റ്ക്ലബ് ആയിരുന്നു, ഐറീനോടൊപ്പം ഞാൻ അവിടെ പോകാറുണ്ടായിരുന്നു."

ആർക്കും വേണ്ടാത്ത മട്ടിൽ, ദാർബുവായിലേക്കുള്ള റോഡരികിൽ നിന്നിരുന്ന കത്തിക്കരിഞ്ഞ പാടുകളുള്ള ആ പഴഞ്ചൻ കെട്ടിടം ഞാൻ മറന്നിട്ടില്ലായിരുന്നു. കെട്ടിടത്തിന്റെ മുഖപ്പിൽ തൂങ്ങിക്കിടന്ന ഇളം നിറമുള്ള മരപ്പലകയിൽ ലുമുവേപാ ഇടുങ്ങിയ സ്ഥലം എന്നെഴു തിയിരുന്നു. അവിടെയടുത്തുള്ള ഒരു ബാലമന്ദിരത്തിൽ ഞാൻ ഏതാനും മാസങ്ങൾ പാർത്തിരുന്നു.

"അതിനുശേഷം ഞാൻ ഓട്ട്സ്വായിലേക്ക് പോയിട്ടേയില്ല." സംഭാഷണം അവസാനിപ്പിക്കുന്ന മട്ടിലാണ് അവരതു പറഞ്ഞത്.

"ഗുർജിയേഫിവിനെ പരിചയപ്പെട്ടശേഷം നിങ്ങളും സംഘത്തിൽ ചേർന്നുവോ?"

അവരെന്തോ ഒന്നു ഞെട്ടിയപോലെ. ഞാൻ തുടർന്നു

"ചോദിക്കാൻ കാരണം, എന്റെ ചങ്ങാതിയുടെ അമ്മയും ഫാർമ സിക്കാരിയും പലപ്പോഴും സംഘത്തെപ്പറ്റി പറയുമായിരുന്നു."

"ശരിയാണ്. അത് ഗുർജിയേഫ് ഉപയോഗിച്ചിരുന്ന വാക്കായിരുന്നു. ഒറ്റയ്ക്കും ഒരുമിച്ചും ചെയ്യേണ്ടുന്ന കാര്യങ്ങളെപ്പറ്റി അദ്ദേഹം പറയു മായിരുന്നു."

പക്ഷേ അവയെപ്പറ്റി, ജോർജ് ഇവാനോവിച്ച് ഗുർജേഫിന്റെ ബോധനങ്ങളെപ്പറ്റി കൂടുതലെന്തെങ്കിലും പറയാൻ അവർ താത്പ ര്യപ്പെടുന്നില്ലെന്ന് എനിക്കു ബോധ്യമായി.

"നിങ്ങളുടെ കൂട്ടുകാരി ജനവീവ്... അവൾക്ക് ഐറിനുമായി എന്തുമാത്രം സാമ്യമുണ്ടെന്നോ. അവളെ ആദ്യമായി വാൽഡുഗ്രാ സിന് എതിർവശത്തായുള്ള കഫേയിൽ വെച്ചു കണ്ടപ്പോൾ ഞാനങ്ങു ഞെട്ടിപ്പോയി കേട്ടോ. അത് ഐറിനാണെന്ന് എനിക്ക് ഉറപ്പായും തോന്നി."

ആ പറഞ്ഞതുകേട്ട് എനിക്ക് അല്പംപോലും ആശ്ചര്യം തോന്നി യില്ല. കഫേകളിലും വിശ്രമമുറികളിലും ട്രെയിനുകളിലും വെച്ച് വാതിലുകളുടെ വിടവുകൾക്കും കനം കുറഞ്ഞ ഭിത്തികൾക്കും അപ്പുറത്തുനിന്ന് ചെറുപ്പം മുതൽ ഞാനെത്രയെത്രയോ വിചിത്ര കാര്യങ്ങൾ കേട്ടിരിക്കുന്നു.

“എനിക്ക് ജനവീവിനെപ്പറ്റി ഏറെ വേവലാതിയുണ്ട്. അതേപ്പറ്റി നിങ്ങളോട് സംസാരിക്കണമെന്നുമുണ്ട്.”

“വേവലാതിയോ, അതെന്തിന്?”

“അവളുടെ അതിവിചിത്രമായ ജീവിതരീതി നോക്കൂ. ചെലപ്പോഴൊക്കെ അവൾ ഈ ഭൂമിയിലേ അല്ലെന്ന പ്രകൃതം. നിങ്ങൾക്കങ്ങനെ തോന്നിയിട്ടില്ലേ?”

“ഇല്ല.”

“അത് നിങ്ങളുടെ കണ്ണിൽ പെടുന്നില്ലെന്നോ ആശ്ചര്യം തന്നെ. ആകാശത്തു പാറിനടക്കുംപോലെയുള്ള ഭാവം നിങ്ങൾ ശ്രദ്ധിച്ചിട്ടില്ലെന്നോ അവളൊരു സ്വപ്നാടകയാണെന്ന് നിങ്ങൾക്കു തോന്നിയിട്ടേയില്ല?”

സ്വപ്നാടക! എന്റെ ഓർമ്മയിലുണർന്നത്, അതേ പേരിൽ ഞാൻ ചെറുപ്പത്തിൽ കണ്ട ബാലെ നൃത്തമാണ്. എനിക്ക് ഏറ്റവും പ്രിയങ്കരമായ സ്മരണകളിലൊന്നാണത്. കൈകൾ വിടർത്തി ബാലെ നർത്തകി പടവുകളിലൂടെ ഒഴുകിയിറങ്ങുന്നതും ജനവീവിന്റെ ചലനങ്ങളും തമ്മിൽ സാമ്യതകൾ കണ്ടെത്താൻ ഞാൻ ശ്രമിച്ചു.

അവരെ പിണക്കാതിരിക്കാനായി ഞാൻ പറഞ്ഞു: “സ്വപ്നാടക... ഒരുവേള നിങ്ങൾ പറയുന്നത് ശരിയായിരിക്കാം.”

“ഐറിനും അവളെപ്പോലെത്തന്നെയായിരുന്നു, നൂറ്റുക്ക് നൂറ്. അവളും ഇടയ്ക്കിടെയിങ്ങനെ സ്വയം മറന്നു പോകുന്ന പ്രകൃതക്കാരിയായിരുന്നു. ഞാനെത്ര തവണ അതിൽനിന്ന് അവളെ വലിച്ചൂരാൻ ശ്രമിച്ചിട്ടുണ്ടെന്നോ.”

“ഇതിനെപ്പറ്റി ഗുർജേഫിന്റെ അഭിപ്രായം എന്തായിരുന്നു?”

ചോദിച്ച് നാക്കെടുക്കുംമുമ്പ് അതു വേണ്ടായിരുന്നു എന്നെനിക്കു തോന്നി. അന്നൊക്കെ ഞാനത്തരക്കാരനായിരുന്നു. മനസ്സിൽ തോന്നിയതെന്തും ഉടൻ വിളിച്ചു പറയുന്നവൻ. ഇതൊക്കെ ഒന്നവസാനിപ്പിച്ചു കിട്ടിയാൽ മതിയെന്ന തോന്നൽ. ചിലരെ പലർ ഏകാഗ്രതയോടെ കേട്ടിരിക്കുന്നതു കാണുമ്പോൾ എനിക്കരിശമോ അസഹ്യതയോ ഒക്കെ തോന്നും. എല്ലാ ബന്ധങ്ങളും അറുത്തു മുറിക്കാൻ തോന്നും.

“ഗുർജേഫിന് അവളെ നല്ല രീതിയിൽ സ്വാധീനിക്കാൻ കഴിഞ്ഞു. എന്നേയും. അദ്ദേഹത്തിന്റെ ബോധനങ്ങൾ അനുസരിക്കാൻ ഞാനവളെ പ്രോത്സാഹിപ്പിക്കാറുണ്ടായിരുന്നു.”

അവർ എന്റെ നേരെ തിരിഞ്ഞ് എന്നെ ഉറ്റുനോക്കി. എന്റെയുള്ളിൽ അസ്വസ്ഥത പടർന്നു.

അവരുടെ സ്വരത്തിലെ ഗാംഭീര്യം ജനവീവ് ആസന്ന അപായത്തിലാണെന്ന് എന്നെയും വിശ്വസിപ്പിച്ചു. എന്നിട്ടും എത്രതന്നെ ചൂഴ്ന്നു ചിന്തിച്ചിട്ടും അതെന്തുതരം അപായമാണെന്ന് എനിക്കു സങ്കൽപ്പിക്കാനേ ആയില്ല.

"അവളെ നിങ്ങൾ നിർബന്ധിക്കണം, ഇവിടെ വന്നു താമസിക്കാൻ."

ഇത്തരമൊരു ദൗത്യം അവരെന്നെ ഏൽപിച്ചുവെന്നത് എന്നെ ചകിതനാക്കി.

"ലോഡ്ജിൽ തനിയെ താമസിക്കുന്നത് ജനവീവിനെ സംബന്ധിച്ചേടത്തോളം നല്ലതല്ല. ഐറീനും അവളെപ്പോലെത്തന്നെയായിരുന്നു. പ്രശ്നങ്ങളൊക്കെ എനിക്ക് നല്ലപോലെ അറിയാവുന്നതാണ്. ഡർമായ്യ് റോഡിലെ ആ നശിച്ച ലോഡ്ജിലെ താമസം വേണ്ടെന്ന് വെയ്ക്കാൻ മൂന്നു മാസമാണ് ഞാനവളുടെ പിറകെ നടന്നത്. ഭാഗ്യവശാൽ ഗുർജേഫിന്റെ യോഗങ്ങൾ നടന്നിരുന്ന ചുറ്റുവട്ടത്തിലായിരുന്നു പുതിയ റൂം. അതല്ലെങ്കിൽ അവൾ ഒരിക്കലും അവിടം വിടുമായിരുന്നില്ല."

ഐറീൻ അവർക്ക് ഏറെ വേണ്ടപ്പെട്ടവളായിരുന്നുവെന്നത് സുവ്യക്തം.

ഗുർജേഫിന്റെ വസതിക്കടുത്തായിരുന്നോ പുതിയ സ്ഥലം?"

"അതെ, തൊട്ടടുത്ത്. ഐറീൻ അവിടെ റൂമെടുത്തതു തന്നെ ഗുർജേഫിന്റെ എത്രയും അടുത്താകണമെന്നു വെച്ചാണ്."

അതങ്ങനെയാണ്; ഒരു വ്യക്തിയെ ഒന്നോ രണ്ടോ മൂന്നോ തവണ കണ്ടാൽ മതി, അതല്ലെങ്കിൽ കഫേകളിലോ ട്രെയിനിലെ ഇടനാഴികളിലോ അയാളിൽ നിന്ന് ഉതിർന്നു വീഴുന്ന സംഭാഷണ ശകലങ്ങൾ ചെവിക്കൊണ്ടാൽ മതി, അയാളുടെ ജീവിതചിത്രങ്ങൾ താനെ തെളിഞ്ഞു വരും. എന്റെ നോട്ടുപുസ്തകങ്ങൾ അത്തരം വാചകങ്ങൾ കൊണ്ടു നിറഞ്ഞിരിക്കുന്നു. അജ്ഞാതരുടെ ശബ്ദം. ഇന്ന് മറ്റൊരു പേജിൽ ഞാൻ ഏതാനും വാചകങ്ങൾ എഴുതിച്ചേർക്കാൻ ശ്രമിക്കയാണ്. ഏതാണ്ട് അമ്പതു വർഷങ്ങൾക്കു മുമ്പ് മാഡലീൻ പെറോ ഐറീനോടു പറഞ്ഞിരിക്കാവുന്നത് എന്തായിരിക്കും? മാഡലീൻ എന്നത് അവരുടെ ശരിയായ പേരാണോ എന്നു പോലും തീർച്ചയില്ല. ഐറീൻ, ഗുർജേഫ്, പ്ലാറ്റു ഡാസി, ഓർമായ് ലോഡ്ജ്.

"നിങ്ങൾ അവളെ നിർബന്ധിക്കണം, ഇവിടെ വന്നു താമസിക്കാൻ."

എന്റെ മുഖത്തോടു മുഖമടുപ്പിച്ച് വളരെ പതിഞ്ഞ ശബ്ദത്തിലാണ് അവർ സംസാരിക്കുന്നത്. എന്റെ കണ്ണുകളിലേക്ക് ഉറ്റുനോക്കിക്കൊണ്ട്.

അവരുടെ നോട്ടം എന്നെ തളർത്തി. സ്വപ്നങ്ങളിൽ സംഭവിക്കും പോലെ. ഓടാൻ അതിയായ വാഞ്ഛയുണ്ടെങ്കിലും കാലുറച്ചു പോയ അവസ്ഥ.

ഒരുപാടു നേരം കഴിഞ്ഞുകാണും. ഒരു വേള ഏതാനും മണിക്കൂറുകൾ. എനിക്കതൊന്നും ഓർത്തെടുക്കാനാവുന്നില്ല. ഓർമ്മപിശക് സംഭവിച്ചിരിക്കുന്നു. രാത്രിയായിത്തുടങ്ങി, മുറിക്കുള്ളിൽ ഇരുണ്ട നിഴലാട്ടം. ഞാനപ്പോഴും ആ ചുവന്ന സോഫയിൽ അവരോടൊപ്പം ഇരിക്കുകയാണ്.

അവരെഴുന്നേറ്റു. രണ്ടു ജനാലകൾക്കിടയിൽ വെച്ചിരുന്ന വിളക്ക് തെളിയിച്ചു. എന്നിട്ട് ബുക്ഷെൽഫിൽ നിന്ന് രണ്ടു പുസ്തകങ്ങളെടുത്ത് എന്റെ നേരെ നീട്ടി.

"ഇതിരിക്കട്ടെ. എപ്പോൾ വേണമെങ്കിലും എത്ര വേണമെങ്കിലും എടുത്തോളൂ."

തീരെ കനംകുറഞ്ഞ രണ്ടു പുസ്തകങ്ങൾ. ഏതാണ്ട് ലഘു ലേഖകൾ പോലെ. ഒന്ന് സുസുകിയുടേത്, സെൻ ബുദ്ധിസത്തെ പ്പറ്റിയുള്ള ലേഖനങ്ങൾ. മറ്റേത് മാന്ത്രികപ്രണയത്തിന്റെ വിശുദ്ധ അനുഷ്ഠാനങ്ങൾ. മരിയ നഗ്ലോവ്സ്കാ എഴുതിയത്. ആ രണ്ടു പുസ്തകങ്ങളും ഇപ്പോഴും എന്റെ കൈവശമുണ്ട്. ഞാനിടയ്ക്കിടെ അത്ഭുതപ്പെടാറുണ്ട്, ചില പുസ്തകങ്ങൾ. അഥവാ വസ്തുക്കൾ എന്തുകൊണ്ടാണ് ജീവിതാന്ത്യം വരെ നമ്മളറിയാതെ നമ്മോടൊപ്പം ഉണ്ടാവുന്നത്? വേറെ ചിലത്, വളരെയേറെ വിലപ്പെട്ടവ നമുക്കു നഷ്ടമാവുന്നത്?

പുറത്തെ ഇടനാഴിയിലേക്കു കടക്കാനായി ഫ്ളാറ്റിന്റെ വാതിൽ തുറക്കാനൊരുങ്ങവേ, അവരെന്റെ കൈകളിൽ പിടിച്ചു.

"ഇവിടന്നിനി ജനവീവിനെ കാണാൻ പോവുകയാണോ?"

എനിക്കല്പം ജാള്യത തോന്നി. അവരുടെ സ്വരത്തിൽ വല്ലാത്ത അസൂയ കലർന്നിരുന്നതായി എനിക്കനുഭവപ്പെട്ടു.

"ഞാൻ പറയാൻ വന്നത് നിങ്ങൾക്കും ഇവിടെ താമസിക്കാം, അവളോടൊപ്പം. എനിക്കതിൽ സന്തോഷമേയുള്ളൂ."

10

ആറു വർഷങ്ങൾക്കു ശേഷം ഷൂഫർസാന്റിലേർ റോഡിലൂടെ നടക്കുകയായിരുന്നു. മുസ്ലീം പള്ളിയുടേയും ബൊട്ടാണിക്കൽ ഗാർഡന്റേയും ഓരം ചേർന്നാണ് റോഡിന്റെ കിടപ്പ്. എനിക്കു മുന്നിൽ ഒരു സ്ത്രീ; അവരുടെ കൈയിൽ തൂങ്ങി ഒരു കൊച്ചു പയ്യനും. ആരേയും കൂസാതെയുള്ള അവളുടെ നടത്തം എന്നെ ആരേയോ ഓർമ്മിപ്പിച്ചു. അവളെ ഉറ്റുനോക്കാതിരിക്കാൻ എനിക്കായില്ല.

വേഗം നടന്ന് ഞാനവർക്കൊപ്പമെത്തി. എന്നിട്ട് അവളുടെ നേരെ തിരിഞ്ഞു ജനവീവ് ഡലാം. ഈ ആറു വർഷക്കാലത്തിനിടെ ഞങ്ങളിരുവരും പരസ്പരം കണ്ടിട്ടേയില്ലായിരുന്നു. എന്നിട്ടും തലേന്നു കണ്ടു പിരിഞ്ഞവരെപ്പോലെ വളരെ സ്വാഭാവികമായി അവളെന്നെ നോക്കി ചിരിച്ചു.

"ഈ ചുറ്റുവട്ടത്താണോ താമസം?"

നിങ്ങൾ എന്നാണ് ഞാനവളെ സംബോധന ചെയ്തത്, നീ എന്നല്ല. അതെന്തേ, എനിക്കറിഞ്ഞുകൂടാ. ഒരു വേള ആ കുട്ടി കൂടെ ഉണ്ടായിരുന്നതു കൊണ്ടാവാം. ഞാൻ സംസാരം തുടർന്നുകൊണ്ടു പോകാൻ ശ്രമിച്ചു. പക്ഷേ പരസ്പരം ഒന്നും ഉരിയാടാതെ ഒരുമിച്ചു നടക്കുന്നതിൽ അസ്വാഭാവികതയൊന്നും ഇല്ലെന്ന മട്ടായിരുന്നു അവൾക്ക്.

ഞങ്ങൾ ഉദ്യാനത്തിലേക്കു കടന്ന് അതിനകത്തുള്ള മൃഗശാലയെ ലക്ഷ്യമാക്കി നടന്നു. കൊച്ചു പയ്യൻ മുന്നേ കുറച്ചു ദൂരം ഓടും. എന്നിട്ട് തിരിഞ്ഞ് ഞങ്ങളുടെ നേർക്ക് വീണ്ടും ഓടും. അദൃശ്യരായ ഭീകരരിൽ നിന്നു സാഹസികമായി രക്ഷപ്പെടുന്ന പോലെ. ചിലപ്പോൾ മരത്തിനു പിറകിൽ മറഞ്ഞു നിൽക്കും. മകനാണോ എന്നു ഞാൻ ചോദിച്ചു അതെയന്ന് അവളും. അപ്പോൾ കല്യാണം കഴിഞ്ഞോ?, ഇല്ലത്രെ, അവളും മോനും തനിച്ചാണ് താമസം. ചുരുക്കത്തിൽ ആറു വർഷങ്ങൾക്കുശേഷം ഞങ്ങൾ വീണ്ടും കണ്ടുമുട്ടിയിരിക്കുന്നു. ആദ്യം കണ്ടുമുട്ടിയ അതേ പാതയിൽ വെച്ചുതന്നെയാണ്

ഈ പുനഃസമാഗമം. എന്നിട്ടും സമയം കടന്നു പോയതായ പ്രതീതി യേയില്ല. മറിച്ച് സമയം നിലച്ചതായ തോന്നൽ. ആദ്യസമാഗമം പുനരാവർത്തിക്കപ്പെടുന്ന പോലെ. ഒരൊറ്റ വ്യത്യാസമേയുള്ളൂ. പുനരാവർത്തനത്തിൽ ഒരു കുട്ടിയുടെ സാന്നിദ്ധ്യമുണ്ട്. ഞങ്ങളി നിയും ഇതുപോലെ ഭാവിയിൽ പലപ്പോഴും പലയിടത്തും കണ്ടു മുട്ടിയെന്നിരിക്കും, ഘടികാരത്തിലെ സൂചികൾ എല്ലാ ദിവസവും പകലും രാത്രിയിലും പന്ത്രണ്ടുമണിക്ക് ഒന്നിക്കും പോലെ. അതു മാത്രമോ, അന്ന് ഞങ്ങളിരുവരും ആദ്യമായി ഈ പാതയിലെ പുസ്തകക്കടയിൽ വെച്ച് കണ്ടുമുട്ടിയപ്പോൾ ഞാനൊരു പുസ്തകം വാങ്ങിയിരുന്നു – The eternal Return of the Same അനന്തമായ പുന രാവർത്തനങ്ങൾ. ആ ശീർഷകം എന്റെ ശ്രദ്ധയാകർഷിച്ചിരുന്നു.

ഞങ്ങൾ മൃഗങ്ങളുടെ കൂടുകൾക്കടുത്ത് എത്തിയിരുന്നു. വലി യൊരു കൂടൊഴികെ മറ്റെല്ലാം ഒഴിഞ്ഞു കിടന്നിരുന്നു. ആ വലിയ കൂട്ടിൽ ഒരു കടുവയെ അടച്ചിട്ടിരുന്നു. അഴികൾക്കിടയിലൂടെ കുട്ടി അതിനേയും നോക്കി നിന്നു. കുറച്ചു പിറകിലായി ഒരു ബെഞ്ചിൽ ഞാനും ജനവീവ് ഡലാമും ഇരുന്നു.

"ജംഗിൾ ബുക്ക് കാരണമാണ് ഞാനവനെ ഇവിടേക്കു കൊണ്ടു വരുന്നത്. മൃഗങ്ങളെ കാണാൻ. എന്നും രാത്രി അവന് ജംഗിൾ ബുക്ക് വായിച്ചു കൊടുക്കണം."

ജെട്ടിക്കടുത്തുള്ള അമ്മയുടെ വീടും വലിയ ജനാലയ്ക്കരി കിലെ പുസ്തക ഷെൽഫും എനിക്കോർമ്മ വന്നു. ആ ഷെൽഫിലെ പുസ്തകങ്ങൾക്കിടയിൽ ജംഗിൾ ബുക്കിന്റെ രണ്ടു സചിത്ര വോള്യ ങ്ങൾ ഉണ്ടായിരുന്നെന്ന് എനിക്കുറപ്പായിരുന്നു. അതു ശരിയാണെന്നു സ്ഥിരീകരിക്കാൻ അവിടേക്കു തിരിച്ചു ചെല്ലണം. അതിനുള്ള ധൈര്യം എവിടന്നു സംഭരിക്കാൻ?

ആരോടും പറയാതെ പൊടുന്നനെ എന്തേ അപ്രത്യക്ഷയായത് എന്നു ചോദിക്കണമെന്നുണ്ടായിരുന്നു, പക്ഷേ എനിക്കതിനു കഴി ഞ്ഞില്ല. ഒരു ദിവസം വൈകുന്നേരം ഞാൻ ചെന്നപ്പോൾ ലോഡ്ജുടമ പറഞ്ഞു അവൾ മുറി ഒഴിഞ്ഞെന്ന്. എന്നന്നേക്കുമായി എന്നാണ യാൾ പറഞ്ഞത്. അടുത്ത ദിവസം പോളിഡോർ സ്റ്റുഡിയോസിലെ സഹപ്രവർത്തകയും അറുത്തുമുറിച്ചപോലെ, വിശദാംശങ്ങൾ ഒന്നു മില്ലാതെ പറഞ്ഞു അവൾ ലീവിലാണെന്ന്. മാഡലീൻ പെറോയുടെ വീട്ടിൽ ചെന്ന് ബെല്ലടിച്ചിട്ട് ആരും വാതിൽ തുറന്നതുമില്ല. വ്യക്തി കൾ പൊടുന്നനെ അപ്രത്യക്ഷരാകുന്ന പ്രതിഭാസം ഞാൻ ചെറുപ്പം മുതലെ അനുഭവിച്ചറിഞ്ഞിട്ടുള്ളതാകയാൽ ജനവീവ് ഡലാം അപ്രത്യ ക്ഷയായതിൽ എനിക്ക് പുതുമ തോന്നിയതേയില്ല.

എന്നിട്ടും ഞാൻ ചോദിച്ചു "അപ്പോ അങ്ങനെയങ്ങ് പൊടി തട്ടി സ്ഥലം വിട്ടു പുതിയ മേൽവിലാസം പോലും ആർക്കും കൊടുക്കാതെ?" അവൾ നിസ്സാരഭാവത്തിൽ ചുമലു കുലുക്കി. എനിക്ക് വിശദീകരണങ്ങൾ ആവശ്യമില്ലായിരുന്നു. അവളോടൊപ്പമുണ്ടായിരുന്ന കൊച്ചു പയ്യൻ ഞങ്ങളുടെ അടുത്തു വന്ന് പ്രഖ്യാപിച്ചു താൻ കൂടുതുറന്ന് അകത്തുകയറി കടുവയോടൊപ്പം കളിക്കാൻ പോകയാണെന്ന്. ബഘീര എന്നാണ് അവൻ കടുവയെ വിശേഷിപ്പിച്ചത്. ബഘീര, ജംഗിൾ ബുക്കിലെ കടുവയുടെ പേര്. കൂടിന്റെ അഴികളിൽ പിടിച്ച് അവൻ കാത്തു നിന്നു കടുവ കുറെക്കൂടി അടുത്തു വരുന്നതും പ്രതീക്ഷിച്ച്.

"ഡോക്ടർ പെറോയുടെ വല്ല വിവരവുമുണ്ടോ?"

വിരസമായ സ്വരത്തിലായിരുന്നു മറുപടി. വലിയ പരിചയമൊന്നുമില്ലാത്ത ആരേയോ പറ്റി പറയുംപോലെ. ഡോക്ടർ വാൽഡുഗ്രസ് റോഡിൽ നിന്ന് താമസം മാറ്റിയത്രെ. പതിനഞ്ചാം വാർഡിൽത്തന്നെ വേറെയെവിടേയോ. വ്യക്തികൾ പൊടുന്നനെ അപ്രത്യക്ഷരായാൽ അവർക്കു ചുറ്റും ഒരു നിഗൂഢപരിവേഷം, ഒരിക്കലും ഭേദിക്കാനാകാത്ത നിഗൂഢപരിവേഷം നാം സങ്കല്പിച്ചെടുത്തേക്കാം. പക്ഷേ സംഗതി ലളിതമാകാം. അവർ മറ്റൊരിടത്തേക്ക് താമസം മാറ്റിയതാണെന്നറിയുമ്പോൾ വിസ്മയിച്ചുപോകും.

"അപ്പോ നിങ്ങളിപ്പോൾ പോളിഡോർ സ്റ്റുഡിയോസിൽ ജീവനക്കാരിയല്ല?"

"അല്ലല്ല. അവിടെത്തന്നെ കമ്പനി ഇപ്പോൾ സ്റ്റേഷൻ ബുളെ വാഡിൽ നിന്നു മാറി ക്ലിഷി ചുറ്റുവട്ടത്താണ്."

മാഡലീൻ പെറോയെപ്പോലെ പോളിഡോർ സ്റ്റുഡിയോയ്ക്കും സ്ഥലം മാറ്റം.

എന്റെ മനസ്സിൽ മെട്രോയുടെ ടിക്കറ്റ് കൗണ്ടറിനടുത്തുള്ള ഇലക്ട്രിക് റൂട്ട് മാപ്പ് വീണ്ടും തെളിഞ്ഞു വന്നു. ഓരോ സ്റ്റേഷനും ഓരോ ബട്ടൺ കൊണ്ട് അടയാളപ്പെടുത്തിയിരിക്കുന്നു. കയറുന്ന സ്റ്റേഷന്റെയും ഇറങ്ങേണ്ട സ്റ്റേഷന്റെയും ബട്ടണുകളമർത്തിയാൽ അവയ്ക്കിടയിലോടുന്ന സകല ട്രെയിനുകളുടെയും റൂട്ട് വിവിധ നിറങ്ങളിൽ തെളിഞ്ഞു വരും. ഏതേതു സ്റ്റേഷനുകൾ, എവിടെവിടെ മാറിക്കേറണം എന്നൊക്കെ. ഭാവിയിൽ മറ്റൊരു വിധം ചിത്രവും സാധ്യമായെന്നു വരാം. നിങ്ങൾ പണ്ടെന്നോ കണ്ടു മറന്ന ഒരു വ്യക്തിയുടെ പേര് ടൈപ്പു ചെയ്താൽ ഈ നിമിഷം ആ വ്യക്തി പാരീസ് നഗരത്തിന്റെ ഏതു കോണിലാണോ ആ ബിന്ദുവിൽ ഒരു ചുവന്ന ബട്ടൺ പ്രകാശിച്ചേക്കാം.

“ഞാൻ ഒരിക്കൽ നിങ്ങളുടെ സഹോദരനെ കാണുകയുണ്ടായി.” ഞാൻ പറഞ്ഞു. ആറു കൊല്ലം മുമ്പ് കാശുചോദിച്ചു വന്നതിൽ പിന്നെ അവൾക്ക് അയാളുടെ ഒരു വിവരവുമില്ല.

“എപ്പോഴാണ് അയാളെ കണ്ടത്?”

“രണ്ടോ മൂന്നോ വർഷങ്ങൾക്കു മുമ്പ്.”

ആ ദിവസം ഞാൻ സാമിഷേൽ ബുളേവാഡിൽ ലാസോഴ്സ് കഫേക്കു മുന്നിലൂടെ നടന്നു പോവുകയായിരുന്നു. ആ വലിയ കഫേക്കകത്ത് കയറാൻ ഞാനെപ്പോഴും മടിച്ചു. കാരണം വിവരിക്കാനാകാത്ത വല്ലാത്തൊരു ആശങ്ക എനിക്ക് അനുഭവപ്പെട്ടിരുന്നു. അകത്തിരിക്കുന്ന കടുവാ ജാക്കറ്റുകാരനെ ചില്ലുജാലകത്തിലൂടെ, കണ്ടതും എനിക്ക് ആളെ മനസ്സിലായി. അയാളെഴുന്നേറ്റു നിന്ന് ജാലകത്തിൽ രണ്ടു മുഷ്ടികളും തട്ടി എന്റെ ശ്രദ്ധയാകർഷിക്കാൻ ശ്രമിച്ചു. അയാൾ വെളിയിലേക്കിറങ്ങി വരുന്നതിനുമുമ്പ് ഞാൻ തന്നെ വാതിൽ തള്ളിത്തുറന്ന് കഫേക്കകത്തേക്കു കയറി. സ്വപ്നങ്ങളിൽ ആപൽക്കരമായ നിമിഷങ്ങളെ നേരിടുംപോലെ. അടുത്ത നിമിഷം ഉറക്കം തെളിയുമെന്ന ഉറച്ച വിശ്വാസത്തോടെ. ഞാൻ അവരിരുന്ന മേശയ്ക്കരികിലിരുന്നു. ലാസോഴ്സ് കടന്നു പോകുമ്പോൾ അനുഭവപ്പെടാറുണ്ടായിരുന്ന അസ്വാസ്ഥ്യത്തിന് തീക്ഷ്ണതയേറി. കഫേയ്ക്കകത്തെ സകലരും ആപത്തിലകപ്പെട്ടതു പോലെ എനിക്കു തോന്നി. ഏതു നിമിഷവും പൊലീസ് റെയ്ഡ് നടന്നെന്നും വരാം.

അയാൾ പോക്കറ്റിൽ നിന്ന് കറുത്ത പുസ്തകം വലിച്ചെടുത്തു. എന്റെ നേരെ വ്യംഗത നിറഞ്ഞ ചിരിയോടെ പറഞ്ഞു “നിങ്ങൾ തന്ന ഫോൺ നമ്പറിൽ ഒരുപാടു തവണ വിളിച്ചു, നിങ്ങൾ പുറത്തു പോയിക്കാണും അല്ലേ?”

അയാൾക്കഭിമുഖമായി ഞാനിരുന്നു, ജനവീവിനെപ്പറ്റി, അവളുടെ പൊടുന്നനേയുള്ള അന്തർധാനത്തെപ്പറ്റി അയാളെന്തെങ്കിലും വിവരം നൽകിയേക്കുമെന്ന പ്രതീക്ഷയോടെ.

അയാൾ സുഹൃത്തിനെ പരിചയപ്പെടുത്തി. അലൻ പാർകെൻ. ആ പേര് എന്റെ ഓർമയിൽ തങ്ങിനിൽക്കാൻ കാരണമുണ്ട്. ഏതാണ്ട് പത്തു വർഷങ്ങൾക്കുശേഷം വാഗ്രാം അവെന്യുവിലെ ഒരു കൊച്ചു ഷോപ്പിന് ആ പേരു കണ്ടു, പഴയ കാമറകൾ വിൽക്കുന്ന ഷോപ്പായിരുന്നു അത്. അകത്തു കയറിയാലോ എന്നാലോചിക്കുകയും ചെയ്തു, ഭൂതകാലത്തിലെ ആ പ്രേതാത്മാവിനെ ഒരിക്കൽ കൂടി നേരിലൊന്നു കാണണമെന്നുണ്ടായിരുന്നു.

“ജനവീവോ? ഓ, ഈ മൂന്നു കൊല്ലമായി അവളുടെ വിവരമൊന്നും

എനിക്കുമില്ല കേട്ടോ. പതിവുപോലെ ടാറോ ചീട്ടുകളിലും ക്രിസ്റ്റൽ ബാളിലുമൊക്കെ മുഴുകിക്കിടക്കുകയാവും, അല്ലാതെന്ത്?"

അയാളുടെ പ്ലാസ്റ്റിക് കടുവാത്തോൽ ജാക്കറ്റിന്റെ അവസ്ഥ മുമ്പു കണ്ടതിനേക്കാൾ മോശമായിത്തുടങ്ങിയിരുന്നു. കുപ്പായ കൈയിൽ അങ്ങിങ്ങ് കറ പറ്റിയിരിക്കുന്നു, കണങ്കൈ പിഞ്ഞിയിരിക്കുന്നു. അലൻ പാർകെനിന് അകാലവാർദ്ധക്യം ബാധിച്ച കുട്ടിയുടെ മുഖം. മുഖത്ത് പശ തേച്ച ചേലുണ്ട്. ഇയാൾ കുതിരപ്പന്തിയിലെ ജീവനക്കാരനാവാൻ സാധ്യതയുണ്ട്. ജോക്കിയോ മറ്റോ.

"അലൻ ഫോട്ടോഗ്രാഫറാണ്. എന്റെ ഫോട്ടോ ആൽബം തയ്യാറാക്കുകയാണ്, ഏജന്റുകളെ കാണിക്കാൻ. സിനിമയിലിറങ്ങാനാണ് എന്റെ പരിപാടി."

ഒരു സിഗററ്റു പുകച്ചുകൊണ്ട് അലൻ എന്നെ ശ്രദ്ധിക്കുകയാണ്. അയാളുടെ ഗോട്ടിപോലുള്ള കണ്ണുകൾ എന്നെ അസ്വസ്ഥനാക്കി. ജനവീവിന്റെ സഹോദരൻ അയാളോടു പറഞ്ഞു "അവരെ വിളിച്ചറിയിക്കാൻ സമയമായി." അലൻ പാർകെൻ എഴുന്നേറ്റു, തളത്തിന്റെ അങ്ങേയറ്റത്തേക്കു പോയി.

"നിങ്ങൾക്കെന്നെ തീർച്ചയായും സഹായിക്കാനാകും." എന്നെ ഉറ്റുനോക്കിക്കൊണ്ട് ജനവീവിന്റെ സഹോദരൻ ഇങ്ങനെ പറഞ്ഞപ്പോൾ എന്റെ നട്ടെല്ലിലൂടെ ഒരു തണുപ്പ് കയറി. ആ മുഖത്ത് മനസ്സാക്ഷിയില്ലാത്ത ദുരാഗ്രഹിയുടെ ഭാവം. ജഡശരീരങ്ങളുടെ പോക്കറ്റടിക്കാൻ മടിക്കാത്തവന്റെ മുഖഭാവം.

"ഇല്ലേ, എന്നെ സഹായിക്കണമെന്നില്ലേ?" അയാളുടെ മുഖപേശികൾ വലിഞ്ഞു മുറുകിയിരുന്നു, പിരിമുറുക്കവും കാഠിന്യവും നിറഞ്ഞ സ്വരം. അതിനകം പാർകെൻ തിരിച്ചെത്തി.

"അവരെ അറിയിച്ചോ?" ജനവീവിന്റെ സഹോദരൻ ആരാഞ്ഞു. മറ്റെയാൾ തലയാട്ടി ഇരിപ്പുറപ്പിച്ചു. എനിക്കാണെങ്കിൽ വല്ലാത്ത സംഭ്രമം. മനഃസാന്നിധ്യം കൈവിടാതിരിക്കാൻ ഏറെ പാടുപെടേണ്ടി വന്നു. ആരെ വിളിക്കാനാവും പാർകെൻ പോയത്? എന്തറിയിക്കാനാണ്? ഏതോ കെണിയിലകപ്പെട്ടതായി എനിക്കു തോന്നി. ഏതു നിമിഷവും പൊലീസ് ഇങ്ങെത്തിയേക്കും.

"നമ്മളെ സഹായിക്കാമോ എന്ന് ഞാനിയാളോടു ചോദിച്ചു." എന്നെ ഉറ്റുനോക്കിക്കൊണ്ട് ജനവീവിന്റെ സഹോദരൻ പറഞ്ഞു.

"അതെയതെ, നിങ്ങളൊരു കൈ തന്ന് സഹായിച്ചേ പറ്റൂ. എന്തായാലും ഞങ്ങൾ നിങ്ങളെ വിടാൻ ഭാവമില്ല." അതിഹീനമായ ചിരിയോടെ പാർകെൻ പ്രസ്താവിച്ചു.

ഞാനെഴുന്നേറ്റ് വാതിൽക്കലേക്ക് നീങ്ങി. ജനവീവിന്റെ സഹോദരൻ എഴുന്നേറ്റു വന്ന് എന്റെ വഴി മുടക്കി. എനിക്കു തിരിഞ്ഞു നടക്കാനാകാത്ത വിധം പാർകെൻ എന്റെ തൊട്ടു പിറകിലും. ഞാൻ ചിന്തിച്ചു. പൊലീസ് വരുന്നതിനു മുമ്പ് ഇവിടം വിടണം. കാൽമുട്ടുകൊണ്ടും തോളെല്ലുകൊണ്ടും ജനവീവിന്റെ സഹോദരനെ തള്ളിമാറ്റി. പാർകെന്റെ മുഖത്ത് മുഷ്ടി ചുരുട്ടിയിടിച്ചു. അങ്ങനെ ഞാൻ കുതറി രക്ഷപ്പെട്ടു. കഫേയിൽ നിന്ന് ഇറങ്ങി ബുളേവാഡിലൂടെ ഓടി. കുറച്ചു ദൂരം അവരിരുവരും എന്നെ പിന്തുടർന്നു. ക്ലൂണി കഫേക്കടുത്തുവെച്ച് ഞാനവരുടെ കണ്ണുവെട്ടിച്ച് കടന്നു കളഞ്ഞു.

"എന്റെ സഹോദരനോട് സംസാരിക്കാൻ പോകരുതായിരുന്നു. എന്നെ സംബന്ധിച്ചേടത്തോളം അവൻ ചത്തതിനു സമാനം. അറിയാമോ, എപിനാലിൽ ജയിൽവാസം അനുഭവിച്ചവനാണ്."

വളരെ പതിഞ്ഞ സ്വരത്തിലാണ് അവളിത്രയും പറഞ്ഞത്. ഒരു വേള കൊച്ചു പയ്യൻ കേൾക്കരുതെന്നു കരുതിയാവും. പക്ഷേ അവനാകട്ടെ അല്പമകലെ കടുവാക്കൂടിന്റെ അഴിയും പിടിച്ച് നില്പായിരുന്നു.

"എന്താ മോന്റെ പേര്?"

"പിയർ."

ഇക്കഴിഞ്ഞ ആറു വർഷങ്ങളിൽ അവളുടെ ജീവിതത്തിൽ എന്തെല്ലാം സംഭവിച്ചുവെന്ന് ചോദിച്ചറിയാൻ എനിക്കു കിട്ടിയ സന്ദർഭമായിരുന്നു അത്. ഇന്ന് ഫെബ്രുവരി 1, 2017ൽ ഞാൻ ഖേദിക്കുകയാണ് അത്തരം സുപ്രധാന ചോദ്യങ്ങളൊന്നും തന്നെ ഞാൻ ചോദിച്ചില്ലെന്നതിൽ. പക്ഷേ അന്ന് ആ സമയത്ത് അത്തരം ചോദ്യങ്ങളിൽ നിന്ന് അവൾ ഒഴിഞ്ഞു മാറിയിരുന്നേനേ എന്നുമെനിക്ക് നിശ്ചയമുണ്ട്. ഭൂമിയിലല്ല അവളുടെ നടപ്പ് എന്നായിരുന്നല്ലോ മാഡലീൻ പെറോയുടെ നിരീക്ഷണം. എനിക്കോർമ്മയുണ്ട്. അതെന്നെ കുട്ടിക്കാലത്തു കണ്ട ബാലെ നൃത്തത്തെ ഓർമ്മിപ്പിച്ചു. ആ നർത്തകിയേയും മരിയാ ടാൽചീഫ്. ജനവീവ് ഡലാമിനേറെ ചുവടുവെയ്പുകൾ ബാലെ നർത്തകിയുടേതുപോലെ മൃദുലവും ലാഘവമാർന്നതുമായിരുന്നു.

"ഇവൻ സ്കൂളിലേക്കു പോകാൻ തുടങ്ങിയോ?"

"ഉവ്വ്, ഉദ്യാനത്തിന്റെ മറുവശത്താണ് അവന്റെ സ്കൂൾ."

ഭൂതകാലത്തെപ്പറ്റി അവളോട് സംസാരിച്ചിട്ട് അർത്ഥമൊന്നുമില്ല. ആറു വർഷങ്ങൾക്കുമുമ്പുള്ള എന്തെങ്കിലും വിവരങ്ങൾ ഞാൻ സൂചിപ്പിച്ചിരുന്നെങ്കിൽത്തന്നെ അതായത് സ്റ്റേഷൻ ബുളേവാഡിലെ

കഫേ, മോഷ് റോഡിലെ ഹോട്ടൽ, ഡോക്ടർ പെറോ പരിചയപ്പെടുത്തിത്തന്ന ചില വ്യക്തികൾ, അവർ ഞങ്ങളേയും വലിച്ചിഴച്ചു കൊണ്ടുപോയ നിഗൂഢ ചുറ്റുപാടുകൾ ഇതെല്ലാം പറഞ്ഞിരുന്നെങ്കിൽ അവൾ വിസ്മയം പ്രകടിപ്പിച്ചിരുന്നേനേ. അവളതെല്ലാം പാടെ മറന്നു പോയിരുന്നു. അതല്ലെങ്കിൽ അവയൊക്കെ അവൾക്ക് വിദൂരക്കാഴ്ചകളാണ്. കാലം കടന്നു പോകുന്തോറും കൂടുതൽ കൂടുതൽ വിദൂരതയിലേക്ക്, മൂടൽമഞ്ഞിനകത്തേക്ക് നീങ്ങിപ്പോകുന്നവ. അവൾ ജീവിക്കുന്നത് ഇന്നിലാണ്, വർത്തമാനകാലത്തിൽ.

"വീടുവരെ ഞങ്ങളോടൊപ്പം നടക്കാൻ സമയമുണ്ടോ?" അവൾ ചോദിച്ചു.

അവൾ പിയറിന്റെ കൈപിടിച്ചു. അവൻ ഒരിക്കൽകൂടി കടുവാക്കൂട്ടിലേക്ക് തിരിഞ്ഞു നോക്കി. അഴികൾക്കപ്പുറത്ത് ബഘീര കൂട്ടിനകത്ത് വട്ടം ചുറ്റുന്നു.

ഞങ്ങൾ ആദ്യമായി കണ്ടുമുട്ടിയ പുസ്തകക്കട. കട അടച്ചിരുന്നു. ഇനി രണ്ടു മണിക്കേ തുറക്കൂ എന്നെഴുതിയ ബോർഡ് ഉണ്ട്. പുസ്തകക്കടയുടെ ജാലകത്തിൽ ഏതാനും പുസ്തകങ്ങൾ അലങ്കരിക്കുന്നു. ആന്തരിക ശക്തികൾ, ഗുരുക്കന്മാരും അവരുടെ വഴികളും, നിഗൂഢതതേടിയ അതിസാഹസികർ.

"ഇന്നു രാത്രി ഇവിടെ വന്ന് പുതിയ പുസ്തകങ്ങൾ തെരഞ്ഞാലോ?" ഞാനാണ് ആശയം മുന്നോട്ടു വെച്ചത്. ആറു മണിക്ക് കൂടിക്കാഴ്ച, ആറു വർഷങ്ങൾക്കു മുമ്പു നടന്നതു പോലെ. അതല്ലെങ്കിലും ഈ പുസ്തകക്കടയിൽ നിന്നു കിട്ടിയ ഒരു പുസ്തകമാണ് എന്നെ ഇരുത്തിച്ചിന്തിപ്പിച്ചത്. The eternal Return of the Same. അനന്തമായ പുനരാവർത്തനം. ഓരോ താൾ മറിക്കുമ്പോഴും ഞാൻ എന്നോടു തന്നെ സമർത്ഥിച്ചു. നമ്മൾ അനുഭവിച്ചു തീർത്ത ഒരു മുഹൂർത്തം ചെകഞ്ഞെടുത്ത്, അത് അതേപടി അതേ സ്ഥലത്ത് അതേ സമയത്ത്, അന്നത്തെ തെറ്റുകുറ്റങ്ങളില്ലാതെ, പിഴവുകളില്ലാതെ, കൂടുതൽ മെച്ചപ്പെട്ട രീതിയിൽ പുനരാവർത്തിക്കാനായാലോ. അങ്ങനെ വന്നാൽ അനേകം തവണ വെട്ടിത്തിരുത്തിയ കൈയെഴുത്തു പ്രതിയുടെ വൃത്തിയായ പകർപ്പ് പോലിരിക്കും. ഞാനവളോടൊപ്പം അനേകം തവണ നടന്നു പോയിട്ടുള്ള ചുറ്റുവട്ടത്തിലൂടെ ഇപ്പോൾ ഞങ്ങൾ മൂവരും നടക്കുകയായിരുന്നു.

അവൾ ഒരു വലിയ കെട്ടിടത്തിനു മുന്നിൽ നിന്നു. ചുറ്റുമുള്ളവയിൽ നിന്ന് ഏറെ വലുത്, ബാൽക്കണികളുമുണ്ട്. "ഞങ്ങളിവിടെയാണ് താമസം." പിയർ ഗേറ്റു തുറന്നു, അവരോടൊപ്പം ഞാനും മുറ്റത്തേക്കു കയറി. മുജ്ജന്മത്തിലെപ്പോഴോ ഞാനിവിടം സന്ദർശിച്ചിട്ടുണ്ടെന്ന പ്രതീതി എനിക്കുണ്ടായി.

“ശരി ഇന്ന് വൈകിട്ട് ആറുമണിക്ക് ബുക്സ്റ്റോറിൽ. അതിനു ശേഷം ഇവിടെ വന്ന് അത്താഴം കഴിക്കാം.”

എന്നെ മുറ്റത്തു നിർത്തി അവരിരുവരും മുകളിലേക്കു കയറിപ്പോയി. പിയർ ഇടയ്ക്കിടെ അരമതിലിനു മീതെക്കൂടെ എന്നെ നോക്കി. ഞാനവിടെത്തന്നെയുണ്ടെന്ന് ഉറപ്പു വരുത്താനാകും. ഓരോ തവണയും ഞാൻ അവനു നേരെ കൈവിശി. ജനവീവ് വാതിൽ തുറക്കുന്ന സമയത്താവണം അവൻ എന്നെത്തന്നെ നോക്കി അരമതിലിൽ തലചായ്ച്ചു നിന്നു. പിന്നെ വാതിൽ തുറക്കുന്നതും അടയുന്നതുമായ ശബ്ദം ഞാൻ കേട്ടു. അന്നേരം എനിക്കല്പം സങ്കടം തോന്നിയെന്നതു സത്യം. പക്ഷേ പിന്നീട് അവിടന്നു പുറത്തു കടക്കവേ, സങ്കടം തോന്നേണ്ട ഒരു കാരണവും എനിക്കു കണ്ടെത്താനായില്ല. പിന്നെ കുറച്ചു മാസങ്ങളോളം, അഥവാ കുറച്ചു വർഷങ്ങളോളം സമയം അഭയാർത്ഥിയെപ്പോലെ കടന്നുപോയെങ്കിലും, പലരും പലതും തുടരെത്തുടരെ അപ്രത്യക്ഷമായെങ്കിലും എനിക്ക് ഒരു നിശ്ചിത ബിന്ദു ഉണ്ടായിരുന്നു - ജനവീവ് ഡലേം, പിയർ, നമ്പർ 5, ക്വാത്രെഫാഷ്.

11

ഓർമ്മത്തുണ്ടുകൾ. അതിബൃഹത്തായ ഓർമ്മചിത്രത്തിന്റെ വെട്ടിനുറുക്കിയ തുണ്ടുകൾ. അവയൊക്കെ ചിട്ടയോടെ ചേർത്തു വെക്കാനുള്ള ശ്രമത്തിലാണ് ഞാൻ. പക്ഷേ ചില തുണ്ടുകൾ കാണാനേയില്ല, മറ്റു ചിലവയോ മറ്റൊന്നുമായും ഒരു ബന്ധവുമില്ലാതെ ഒറ്റപ്പെട്ടു കിടക്കുന്നു. ചിലപ്പോഴൊക്കെ മൂന്നോ നാലോ ഓർമ്മക്കീറുകൾ പരസ്പരം യോജിപ്പിക്കാനാകുന്നുണ്ട്. അതിലധികം സാധ്യമല്ല. അതുകൊണ്ട് പലപ്പോഴായി പൊടുന്നനെ ഓർമ്മയിൽ വരുന്ന കാര്യങ്ങൾ, വസ്തുതകൾ ഞാൻ കുറിച്ചിടാറുണ്ട്, പേരുകൾ, സംഭാഷണശകലങ്ങൾ ഇത്യാദി. ഇവയോരോന്നും ഒരു കാന്തംപോലെ ബന്ധപ്പെട്ട മറ്റു ഓർമ്മക്കീറുകളെ തങ്ങളിലേക്ക് ആകർഷിക്കുമെന്നും അങ്ങനെ അവയൊക്കെ വാചകങ്ങളായി, ഖണ്ഡികകളായി, അദ്ധ്യായങ്ങളായി പരസ്പരം ഇണക്കിച്ചേർക്കപ്പെടുമെന്നും ഞാൻ പ്രത്യാശിക്കുന്നു. ഒരു പഴയ ഗരാജിലെന്ന പോലെയാണ് എന്റെ വാസം. വാഹനങ്ങളുടെ അഴിച്ചിട്ട ഭാഗങ്ങൾ, പണിയായുധങ്ങൾ, പണിക്കാർ എല്ലാം ഒരു വ്യവസ്ഥയുമില്ലാതെ ചിന്നിച്ചിതറിക്കിടക്കുന്നു.

ജോറി ബ്രൂ

ഇമ്മാനുവേൽ ബ്രുക്കൻ (ഫോട്ടോഗ്രാഫർ)

ഷോൺ മേയർ

ഗേൽ വിൻസെൻറ്, ഗീ വിൻസെന്റ്

ആനി കേയ്സ്ലെ, 11 മറോമിയേഴ്സ് റോഡ്

വാൻ ഡെർ മിർവേൻ

ജോസഫ് നാഷ് 33, മോൺടെന്യൈ അവെന്യു

ജെ. ഫ്ലീറി (ബുക് ഷോപ്പുകാരൻ) 2, ബാസ്റ്റ് റോഡ്, വാർഡ് 19

ഓൾഗാ ഓഡിനെയർ ഡുറാൻടൺ റോഡ് വാർഡ് 15

അറിയാൻ പാഥേ, 3 കോന്തോ ബോഷാർ

ഡഗ്ലസ് ഐബൻ

അന്നാ സെയ്ഡനെർ
മാരി മോളിറ്റർ
പെര്യറോ 43

ഓർമ്മത്തുണ്ടുകളുടെ കൂമ്പാരം ചികഞ്ഞുനോക്കുന്നതിനിടയ്ക്ക്, ചില പേരുകൾ പൊടുന്നനെ, മറഞ്ഞുകിടക്കുന്ന പാതയിലേക്കുള്ള അടയാളവിളക്കുകൾപോലെ തെളിയും.

മാഡം ഹുബെർസെൻ എന്നപേര് ഞാനെപ്പോഴോ കുറിച്ചിട്ടതാണ്. ഒപ്പം ഒരു ചോദ്യചിഹ്നവും. എന്റെ ലിസ്റ്റിലെ മറ്റു പേരുകളുമായി ബന്ധപ്പെടുത്തിനോക്കാൻ ഞാൻ ശ്രമിച്ചു. മാഡം ഹുബെർസെന്നിൽ നിന്ന് അവരിൽ ആരിലേക്കെങ്കിലും ഒരു പാത തെളിയുന്നുണ്ടോ, മെട്രോ മാപ്പിലെന്നപോലെ? ലിസ്റ്റിന്റെ അവസാനമെത്തിയിട്ടും ഒരു വിഫലം. മറവിയുടെ കനത്ത ഹിമപാളികൾ വെട്ടിപ്പൊളിക്കാൻ ശ്രമിക്കുന്ന മറവിരോഗിയാണ് ഞാനെന്ന പ്രതീതി എനിക്കുണ്ടായി. പിന്നെ പൊടുന്നനെയാണ് ബോധം വന്നത്. മാഡം ഹുബെർസെൻ വിളക്കിച്ചേർക്കപ്പെട്ടിരിക്കുന്നത് മാഡം പെറോയുമായാണ്. അവരാണ് ജനവീവ് ഡലേമിനേയും എന്നേയും കൂട്ടി പല തവണ മാഡം ഹുബെർസെന്നിനെ കാണാൻ പോയിട്ടുള്ളത്. പടിഞ്ഞാറൻ പാരിസിലെ വീതിയേറിയ അവെന്യുകളിലൊന്നിലായിരുന്നു അവരുടെ അപ്പാർട്ട്മെന്റ്. അവെന്യുവിന്റെ പേർ ഇവിടെ എഴുതിച്ചേർക്കാൻ എനിക്ക് ഒരല്പം സങ്കോചമുണ്ട്. അത്രയും സൂക്ഷ്മമായ വിവരങ്ങൾ, എനിക്ക് ഭീഷണിയായി ഭവിച്ചേക്കാം. കാരണം അമ്പതു വർഷങ്ങൾക്കു മുമ്പുള്ള കാര്യങ്ങളാണെങ്കിലും ഈ വിവരങ്ങൾ ഞാൻ പരോക്ഷമായി ഉൾപെട്ട ഒരു കേസ് പുനരന്വേഷണത്തിന് എടുക്കാൻ പ്രേരകമായെന്നു വരാം.

ഒരു വേള ഇങ്ങനെയുമാകാം മാഡം ഹുബെർസെന്നിനെ ഞാനെന്റെ സ്മൃതിമണ്ഡലത്തിൽ നിന്നു മനഃപൂർവം തുടച്ചു മാറ്റാൻ ശ്രമിച്ചിരിക്കാം. പതിനേഴിനും ഇരുപത്തിരണ്ടിനും ഇടയ്ക്കുള്ള പ്രായത്തിൽ കണ്ടുമുട്ടിയ പലരേയും മറക്കാൻ ശ്രമിച്ചപോലെ.

വേറൊരുവിധത്തിൽ നോക്കിയാൽ അരനൂറ്റാണ്ടിനുശേഷം നിങ്ങളുടെ ആ പ്രായത്തിനു സാക്ഷ്യം വഹിച്ച പലരും ഭൂമുഖത്തു നിന്നു തന്നെ അപ്രത്യക്ഷരായിരിക്കുന്നുവെന്നും വരാം. ഇനിയഥവാ ജീവിച്ചിരിപ്പുണ്ടെങ്കിലും നിങ്ങളെക്കുറിച്ചുള്ള ആ പഴയ മങ്ങിയ ഓർമ്മ വെച്ച് ഇന്നത്തെ നിങ്ങളിലേക്കെത്താൻ വിഷമമാണു താനും. അതു മാത്രമോ, നിങ്ങളുടെ പേരുപോലും അവർക്കാർക്കും ഓർമ്മയുണ്ടായെന്നും വരില്ല.

മാഡം ഹുബെർസെന്നിനെക്കുറിച്ചുള്ള എന്റെ ഓർമ്മയും അത്ര സ്പഷ്ടമല്ല. ഏതാണ്ട് മുപ്പതു വയസ്സ്, സാധാരണ മുഖം, കടും തവിട്ടു

നിറമുള്ള ബോബ് ചെയ്ത മുടി. അവർ താമസിച്ചിരുന്ന കെട്ടിട ത്തിനടുത്തുള്ള ഒരു കഫേയിലേക്ക് അവർ ഞങ്ങളെ അത്താഴ ത്തിനു കൊണ്ടുപോകുമായിരുന്നു. ഫോഷ് അവെന്യുവിൽ നിന്ന് കുത്തനെ, ട്രയംഫ് ആർച്ചിന് എതിർവശത്തായുള്ള പാതകളി ലൊന്നിൽ. ദേ, ദേ ഞാനിതാ ഒരു പേടിയുമില്ലാതെ വിശദാംശങ്ങൾ നിരത്തിവെയ്ക്കുന്നു. ഞാനെന്നെത്തന്നെ പറഞ്ഞു വിശ്വസിപ്പിക്കുന്ന തെന്താണെന്നോ എത്രയോ കാലം മുമ്പ് നടന്ന സംഭവങ്ങളാണ്. ഭൂതകാലക്കുറ്റങ്ങൾക്ക് മാപ്പു നൽകുന്ന ആംനെസ്റ്റി നിയമങ്ങൾ ഇവയ്ക്കൊക്കെ ബാധകമാണ്. മാഡം ഹുബെർസെന്നിന്റെ വീട്ടിൽ നിന്ന് ഞങ്ങൾ നടന്നാണ് കഫേയിലേക്ക് പോകാറുണ്ടായിരുന്നത്. ആ ശൈത്യകാലവും അതിനു മുമ്പത്തെ ശൈത്യകാലം പോലെ ത്തന്നെ അതികഠിനം. ഇന്നത്തെ ശൈത്യകാലങ്ങൾ അന്നത്തേതു മായി തട്ടിച്ചു നോക്കുമ്പോൾ എത്ര നിസ്സാരം. ഓട്സ്വായിൽ ഞാന നുഭവിച്ച ശൈത്യകാലം. ഹോ! തണുത്തു മരവിച്ച വായു ശ്വസിക്കു മ്പോൾ മസ്തിഷ്കം പോലും മരവിച്ചു പോകും. മാഡം ഹുബെർ സെൻ കമ്പിളിക്കോട്ട് ധരിക്കാറുണ്ടായിരുന്നു, മോടിയുള്ള ഫർകോട്ട്. അവരുടെ അലങ്കോലപ്പെട്ടുകിടക്കുന്ന അപ്പാർട്ട്മെന്റ് കണ്ടാലറിയാ മായിരുന്നു, മുമ്പൊരു കാലത്ത് ആഡംബരജീവിതം നയിച്ചിരുന്ന ബൂർഷ്വാസിയാണെന്ന്. ആധുനികരീതിയിലുള്ള കെട്ടിടത്തിന്റെ മുകളിലത്തെ നിലയിലായിരുന്നു അപ്പാർട്ട്മെന്റ്. രണ്ടോ മൂന്നോ മുറി കൾ കാണും. ലോകമെമ്പാടുംനിന്നുള്ള വിവിധ തരം അലങ്കാര വസ്തുക്കൾ, ഇന്ത്യൻ തുണിത്തരങ്ങൾ, ആഫ്രിക്കയിൽനിന്നും ഓഷാനിയയിൽ നിന്നുമുള്ള മുഖംമൂടികൾ അങ്ങനെയങ്ങനെ പലതും അവയ്ക്കകത്ത് കുത്തിനിറച്ചിരുന്നു.

മാഡം ഹുബെർസെന്നിനെ ആദ്യമായി കാണാൻ പോകുന്നതിനു മുമ്പ് മാഡം പെറോ ഞങ്ങളോട് അവരെക്കുറിച്ച് പറഞ്ഞതിൽ കൂടുതലായൊന്നും എനിക്ക് അറിയില്ല. അമേരിക്കക്കാരൻ ഭർത്താ വിൽനിന്ന് വിവാഹമോചനം നേടി തനിച്ചാണ് താമസം. ഒരുപാട് ബാലെ നർത്തകരെ പരിചയമുണ്ട് എന്നൊക്കെയാണ് പറഞ്ഞത്. ഒരിക്കൽ അവർ ഞങ്ങളെ ഒരു വിരുന്നു സൽക്കാരത്തിന് കൂട്ടി ക്കൊണ്ടുപോയി നഗരമധ്യത്തിൽ നിന്ന് ഒരുപാടു ദൂരെ. വില്ലെ തടാക തീരത്തെ ഒരു വീട്ടിലേക്ക്. ആ വീട്ടുകാരൻ ബാലെനർത്തകർക്കായി എല്ലാ വർഷവും ഒരേ ദിവസം വിരുന്നൊരുക്കുമായിരുന്നത്രെ. അവിടെ ആ കൊച്ചു വീട്ടിൽവെച്ച് ആരാധ്യരായ ഒരുപാടു ബാലെ നർത്തകരെ ഒരുമിച്ച് കാണാനായതിൽ ഞാനെന്തു മാത്രം അതിശയിച്ചു പോയെന്നോ. അവരുടെ കൂട്ടത്തിൽ വളരെ ചെറുപ്പമായിരുന്ന ഒരു ബാലെ നർത്തകിയും ഉണ്ടായിരുന്നു. അവർ പിന്നീട് കാർമലൈറ്റ്

കന്യാസ്ത്രീ ആയി. അവരിന്നും ജീവിച്ചിരുപ്പുണ്ട്. ഇന്നിപ്പോൾ അവർക്കു മാത്രമേ ആ വീട്ടുകാരൻ ആരാണെന്ന് പറയാനാവൂ.

എന്റെ നോട്ടുപുസ്തകത്തിൽ പത്തിലേറെ വർഷങ്ങൾക്കുമുമ്പ് ഞാൻ കുറിച്ചിട്ട ചില കാര്യങ്ങൾ ഈയിടെ കണ്ടു. തിയ്യതി മെയ് 1, 2006. 'ടർക്കിഷ് പേരുള്ള വ്യക്തി. അറുപതുകളിൽ ബാലെ നർത്തകർക്കായി (ന്യൂറെയ്യ്, ബെഷാട്, ബാബിലി, ഈവെറ്റ് ഷൂവിറെ അങ്ങനെ പലരും) വിരുന്നൊരുക്കിയിരുന്ന വ്യക്തി. വില്ലേ തടാകത്തിനടുത്തോ ഊർക് കനാലിനടുത്തോ ആയിരുന്നു അയാളുടെ അപ്പാർട്ട്മെന്റ്'. ഈ ഓർമ്മക്കഷണം എത്രത്തോളം യാഥാർത്ഥ്യമാണെന്നറിയാൻ ഞാൻ ഫോൺ ഡയറക്റ്ററി പരിശോധിച്ചിരിക്കണം. കാരണം ആ വിവരം നീല ഡോട്ട് പെൻകൊണ്ട് എഴുതിച്ചേർത്തിട്ടുമുണ്ട്. പക്ഷേ പേരുകൾക്കു മുന്നിൽ ചോദ്യചിഹ്നങ്ങൾ.

12

മാഡം ഹുബെർസെന്നിനെ ഞാൻ അവസാനമായി ഒരിക്കൽകൂടി കാണുകയുണ്ടായി 1967 ഓഗസ്റ്റിൽ. പക്ഷേ ആ കണ്ടുമുട്ടലിനെപ്പറ്റി പറയുംമുമ്പ് മറ്റൊരുതരം കണ്ടുമുട്ടലിനെപ്പറ്റി പറയേണ്ടിയിരിക്കുന്നു. പാരീസിലെ തെരുവുകളിലൂടെ നടക്കവേ, ഞാൻ പലപ്പോഴും പല രേയും പല തവണ കാണാറുണ്ട്. അവരെ എനിക്കു നേരിട്ടു പരി ചയമൊന്നുമില്ല. പക്ഷേ പല തവണ കാണാറുള്ളതുകൊണ്ട് മുഖ പരിചയം ഉണ്ടെന്നു മാത്രം. ഇത്തരം യാദൃച്ഛികമായ കണ്ടുമുട്ടലു കൾക്ക് ആരും പ്രാധാന്യം കൊടുക്കാറില്ല. പരിചയക്കാരാണെങ്കിൽ പരസ്പരം അഭിവാദ്യം ചെയ്യുകയോ സംഭാഷണത്തിലേർപ്പെടുകയോ ചെയ്തിരുന്നേനേ. എന്നെ കുഴക്കിയത് അതല്ല. ഒരേ വ്യക്തിയെ നഗര ത്തിന്റെ വിവിധ ഭാഗങ്ങളിൽ വെച്ച് കണ്ടുമുട്ടാനിടവരിക. വിധി ഞങ്ങളെ പരസ്പരം പരിചയപ്പെടുത്തിയേ അടങ്ങൂ എന്ന് വാശി പിടിക്കും പോലെ. ഓരോ തവണയും പരിചയപ്പെടാനുള്ള അത്തരം അവസരം നഷ്ടപ്പെടുത്തിയതിൽ എനിക്ക് ഖേദം തോന്നിയിട്ടുണ്ട്. അത്തരം കൂടിക്കാഴ്ചകൾ പല ദിശകളിലേക്കും ഞങ്ങളെ കൊണ്ടു ചെന്നെത്തിച്ചിരിക്കാം. ആ പല ദിശകളിലൊന്ന് ഏറ്റവും മെച്ചപ്പെട്ട ദിശയായെന്നും വരാം. ആ സാധ്യതകളെയാണ് ഞാൻ അവഗണി ച്ചത്. അതിനൊരു പ്രതിവിധിയെന്നോണം അലസിപ്പോയ ഓരോ കണ്ടുമുട്ടലിനെക്കുറിച്ചും അതീവ ശ്രദ്ധയോടെ, സൂക്ഷ്മതയോടെ ഞാൻ രേഖപ്പെടുത്തിയിട്ടുണ്ട്. കണ്ടുമുട്ടിയ സ്ഥലം, അജ്ഞാതന്റെ ദേഹപ്രകൃതി, വേഷവിധാനം, അങ്ങനെയങ്ങനെ. ഈ പാരീസ് നഗര ത്തിൽ എത്രയെത്ര നാഡീകേന്ദ്രങ്ങളാണെന്നോ, നമ്മുടെയൊക്കെ ജീവിതങ്ങൾ എന്തൊക്കെ വിധത്തിൽ ഉരുത്തിരിഞ്ഞിരുന്നേനേ.

അതു പോട്ടെ, മാഡം ഹുബർസെന്നിലേക്ക് തിരിച്ചു വരാം. അറുപത്തിയേഴ് ഓഗസ്റ്റിലാണ് ഞാനവരെ അവസാനമായി കണ്ടത്. ഗൂവിയോൺ സാസിയർ ബളേവാഡിലേക്കു തുറക്കുന്ന ഒരു മുറ്റം. അതിനു ചുറ്റുമായി ഒരു പറ്റം കെട്ടിടങ്ങൾ അവയിലൊന്നിലെ ഒരു കൊച്ചു മുറിയിലായിരുന്നു എന്റെ താമസം. ആ വേനൽക്കാലത്ത്

ചൂട് അസഹ്യമായിരുന്നു. അതുകൊണ്ട് ആ ചുറ്റുവട്ടം ആകെ വിജന മായിരുന്നു. മെട്രോ പിടിച്ച് നഗരമധ്യത്തിലേക്ക് പോകാനുള്ള ഉത്സാഹം പോലും കമ്മി. ആകെ ഒരു അലസത. ആ ബുളേവാഡിൽ ആകെയൊരു കഫേ മാത്രമേ തുറന്നിരുന്നുള്ളൂ. ലാ പാസി (ഭൂത കാലം) എന്നായിരുന്നു അതിന്റെ പേര്. പേരും കൊള്ളാം. ഭൂതകാലം എന്നോ, കഴിഞ്ഞകാലം എന്നോ പറയാം. അതിനകത്തേക്ക് എന്നെ കയറ്റിയേക്കില്ല എന്നൊരു തോന്നൽ എനിക്കുണ്ടായിരുന്നു. അകത്ത് അത്ര മര്യാദക്കാരല്ലാത്ത ചിലർ പണം വെച്ച് ചീട്ടുകളിക്കുന്നത് ഞാൻ മനസ്സിൽ സങ്കല്പിച്ചു. പക്ഷേ എന്തായാലും ആ രാത്രി അതിനകത്ത് കയറാൻ ഞാൻ തീരുമാനിച്ചു.

കഫേയ്ക്കകത്ത് കയറി. ആകെ ഒരു ഉൾനാടൻ പ്രകൃതം. മുൻ ഭാഗത്ത് ഒരു ബാർ അതിനപ്പുറം ഒന്നിനു പുറകെ ഒന്നായി രണ്ടു മുറികൾ. ഏറ്റവും പിന്നിലത്തെ മുറി തുറക്കുന്നത് ഒരു പൂന്തോട്ട ത്തിലേക്ക്. എനിക്കെന്തോ പന്തിയല്ലാത്ത അതിവിചിത്രമായ അസ്വ സ്ഥത. വന്നപടി തിരിച്ചു പോയാലോ എന്ന് പോലും ആലോചിച്ചു പോയി. പക്ഷേ അതിനകം ഒരു സ്ത്രീ വന്ന് എന്നെ രണ്ടാമത്തെ മുറിയിലേക്കു കൂട്ടിക്കൊണ്ടു പോയി. തോട്ടത്തിനരികിലായുള്ള മേശ ചൂണ്ടി ഇരിക്കാൻ പറഞ്ഞു.

ഞാനിരുന്നു. ഏതോ സ്വപ്നത്തിൽ അകപ്പെട്ടതുപോലുള്ള ഒരു തോന്നൽ. അതിൽ അതിശയമൊന്നുമില്ല, കാരണം ആയിടെ കുറെ ദിവസങ്ങളായി ഞാൻ ആരുമായും സംസാരിച്ചിട്ടേ ഇല്ലായിരുന്നു. ഈ ലോകവുമായി സകല ബന്ധങ്ങളും അറുത്തു മുറിച്ച അവസ്ഥ യായിരുന്നു എന്റേത്. എന്നെക്കൂടാതെ മുറിയുടെ അങ്ങേയറ്റത്ത് ഒരൊറ്റ സ്ത്രീ മാത്രമേ ഉണ്ടായിരുന്നുള്ളു. എന്റെ സാന്നിധ്യം അവര റിഞ്ഞതായി തോന്നിയില്ല. അവർ കമ്പിളിക്കോട്ട് ധരിച്ചിരുന്നു. അതെന്നെ അദ്ഭുതപ്പെടുത്തി. ആഗസ്റ്റ് മാസത്തിലെ ഈ ചൂടിൽ കമ്പിളിക്കോട്ടോ? പക്ഷേ എനിക്കവരെ മനസ്സിലായി മാഡം ഹുബർ സെൻ. അവർക്കൊരു മാറ്റവുമില്ലായിരുന്നു. മൂന്നു വർഷം മുമ്പ് കണ്ട അതേ കമ്പിളിക്കോട്ട്. ഫർകോട്ട്.

ഒരു നിമിഷം ഞാനൊന്നു മടിച്ചു. പിന്നെ അവരെ സമീപിച്ചു.

“മാഡം ഹുബർസെൻ?”

അവർ കണ്ണുകളുയർത്തി എന്നെ നോക്കി, പക്ഷേ എന്നെ തിരി ച്ചറിഞ്ഞില്ലെന്നതു വ്യക്തം.

“മൂന്നു വർഷം മുമ്പ് പല തവണ കണ്ടിട്ടുണ്ട് മാഡലീൻ പെറോ യോടൊപ്പം...”

അവർ എന്നെ വായും പൊളിച്ച് നോക്കിയിരിപ്പായിരുന്നു. ഞാൻ പറഞ്ഞതു കേട്ടോ എന്നു പോലും സംശയം.

"ഓ ശരി, അതെയതെ." അവർ പൊടുന്നനെ പ്രതികരിച്ചു. മറവിരോഗം ബാധിച്ചപോലെ.

"ഓ, അതെ മാഡലീൻ പെറോ. മാഡലീൻ പെറോയുടെ വല്ല വിവരവും ഉണ്ടോ?"

അവർ മനഃസാന്നിധ്യം വീണ്ടെടുക്കാൻ ശ്രമിക്കയായിരുന്നു. അതിഗാഢമായ നിദ്രയിൽനിന്ന് ഞാനവരെ പൊടുന്നനെ വിളിച്ചുണർത്തിയിരിക്കുന്നു.

"ഇല്ല, ഒരു വിവരവും ഇല്ല."

അവരൊരു കള്ളച്ചിരി ചിരിച്ചു. വാക്കുകൾ തപ്പിയെടുക്കാൻ ശ്രമിക്കയാണ്.

ഞാൻ ചോദിച്ചു,

"ഓർമയുണ്ടോ, നിങ്ങൾ ഞങ്ങളെ ഒരു പാർട്ടിക്ക് കൊണ്ടു പോയത്? ഒരുപാടു ബാലെ നർത്തകർ പങ്കെടുത്തിരുന്ന പാർട്ടി?"

"അതെയതെ. അവരിപ്പോഴും എല്ലാക്കൊല്ലവും പാർട്ടി നടത്താറുണ്ടോ എന്തോ."

പണ്ടുപണ്ടെന്നോ നടന്ന സംഭവങ്ങളെന്ന മട്ടിലാണ് അവരുടെ പ്രതികരണം. എനിക്കിത് വെറും മൂന്നു വർഷങ്ങൾക്കുമുമ്പ് നടന്ന വയാണ്. അവർക്കിത് മറ്റേതോ ജന്മത്തിൽ നടന്നവ. ആ പാർട്ടിയെക്കുറിച്ചും രണ്ടാം നിലയിൽ രണ്ടു മുറി അപ്പാർട്ടുമെന്റിലെ തറയിൽ ചടഞ്ഞിരുന്ന അതിഥികളെക്കുറിച്ചും ശൈത്യകാല ആകാശത്തിലെ പൂർണചന്ദ്രനെക്കുറിച്ചും ഓർത്തെടുക്കവെ എനിക്കും ഏതാണ്ട് അങ്ങനെത്തന്നെ തോന്നി മറ്റേതോ ജന്മത്തിൽ നടന്ന സംഭവങ്ങൾ.

"നിങ്ങൾ ഇപ്പോഴും പഴയ സ്ഥലത്തു തന്നേയാണോ താമസം?"

ഞാൻ ആ ചോദ്യം ചോദിച്ചത് വ്യക്തമായ ഉത്തരം കിട്ടാൻ ആണ്. ഞാനൊരു പ്രേതാത്മാവിനോടല്ല സംസാരിക്കുന്നതെന്ന് ഉറപ്പു വരുത്തണമല്ലോ.

"ഇപ്പഴും അവിടെത്തന്നെയാണോ എന്നോ..."

തുടർന്ന് ഒരു പൊള്ളച്ചിരി. എനിക്കുറപ്പായി. അല്ല ഇതു പ്രേതാത്മാവല്ല.

"നിങ്ങളുടെയോരോരോ വിചിത്രമായ ചോദ്യങ്ങൾ!! നിങ്ങളുടെ കാര്യമോ? പഴയ അഡ്രസ്സിൽത്തന്നെയാണോ ഇപ്പോഴും?"

അവരെന്നെ പതുക്കെയൊന്ന് കളിയാക്കുകയാണ്

"ഇരിക്കൂ... എന്തെങ്കിലും കഴിക്കണമെങ്കിൽ ഓർഡർ ചെയ്തോളൂ... ഞാൻ ഭക്ഷണം കഴിച്ചു കഴിഞ്ഞു."

ഞാൻ അവർക്ക് അഭിമുഖമായി ഇരുന്നു. ഒരു ഫോൺ ചെയ്യാനുണ്ട് എന്നൊരു ഒഴികഴിവു പറഞ്ഞ് അല്പനേരത്തിനകം സ്ഥലം വിടാനുള്ള പരിപാടിയായിരുന്നു മനസ്സിൽ. പക്ഷേ ഇരുന്നു കഴിഞ്ഞപ്പോൾ ഇനി എഴുന്നേറ്റു നിന്ന് മുറിയിലൂടെ വാതിൽക്കൽ വരെ നടക്കാൻ പ്രയാസമാണെന്ന് എനിക്ക് ബോധ്യമായി. തളർവാതം പിടിപെട്ടപോലെ.

"ഈ ഫർകോട്ട് കണക്കാക്കണ്ട. ഇന്നു രാത്രി പൊടുന്നനെ ചൂടു കുറഞ്ഞ് തണുപ്പടിച്ചാലോ എന്നു കരുതിയാണ്..."

എനിക്ക് വിശദീകരണങ്ങൾ ആവശ്യമില്ലായിരുന്നു. ഫർകോട്ട് ഉണ്ടെങ്കിലും ശരി, ഇല്ലെങ്കിലും ശരി, വ്യക്തികളെ അതേപടി അംഗീകരിക്കേണ്ടിയിരിക്കുന്നു. അത്യാവശ്യമെന്നു വരികിൽ ഒന്നോ രണ്ടോ ചോദ്യങ്ങൾ വളരെ ഔചിത്യപൂർവം സംശയം ജനിപ്പിക്കാത്ത തരത്തിൽ ചോദിക്കാമല്ലോ. അതു മതി അവരെ മനസ്സിലാക്കിയെടുക്കാൻ. മാത്രമല്ല മാഡം ഹുബർസെന്നിനെ ഇതിനുമുമ്പ് ഞാൻ മൂന്നോ നാലോ തവണയേ കണ്ടിട്ടുള്ളൂ; ഇനി അടുത്ത മൂന്നു വർഷത്തേക്ക് കാണാനും ഇടയില്ല. ഇത്ര ചെറിയ കൂടിക്കാഴ്ചകൾ എത്ര എളുപ്പമാണ് വിസ്മൃതിയിലേക്ക് വഴുതി വീഴുന്നത്.

"ഈ സ്ഥലത്തെപ്പറ്റി, ലാപാസ്സിയെപ്പറ്റി എങ്ങനെ അറിയാം?"

"എന്റെ ഒരു ചങ്ങാതി ഏതാനും തവണ ഇങ്ങോട്ടു കൂട്ടിക്കൊണ്ടു വന്നിട്ടുണ്ട്. പക്ഷേ അയാളിപ്പോൾ വേനലവധിക്കു പോയിരിക്കയാണ്."

തെളിഞ്ഞ ഉറച്ച സ്വരത്തിലാണ് അവർ സംസാരിച്ചത്. പറഞ്ഞതിൽ പാളിച്ചകളുമില്ല. ശരിയാണ് ആഗസ്റ്റ് മാസത്തിലെ ചൂടിൽ പലരും പാരീസ് നഗരത്തിൽ സംശയാസ്പദമായ പരിസരങ്ങളിൽ ഒറ്റപ്പെട്ടു പോകാറുണ്ട്. അതു വേനലിന്റെ പ്രത്യേകതയാണ്. സമയം മുന്നോട്ടു പോകുന്നില്ലെന്ന അവസ്ഥ. നഗരമധ്യത്തിൽ സാധാരണഗതിയിൽ ദൈനംദിന താളക്രമത്തോടെ സജീവമായിരുന്ന പലയിടങ്ങളും അപ്രത്യക്ഷമായപോലെ.

"ഒന്നും കഴിക്കണ്ടേ, കുടിക്കാനെന്തെങ്കിലും?"

മേശപ്പുറത്തിരുന്ന ഗ്ലാസ് ജാറിൽനിന്ന് വലിയൊരു ഗ്ലാസിലേക്ക് അവർ വെള്ളം പകർന്നു. വെള്ളം എന്നെനിക്ക് തോന്നിയതായിരുന്നു. സത്യത്തിൽ ഒരു കവിൾ അകത്താക്കിയപ്പോൾ എനിക്കു മനസ്സിലായി അത് വീര്യം കൂടിയ മദ്യമായിരുന്നെന്ന്. അവർ സ്വന്തം ഗ്ലാസിലേക്കും പകർന്നു. ഒരു കവിളല്ല അവർ കുടിച്ചത്, ഗ്ലാസ് പകുതിയും തലയൊന്ന് ഇളക്കി ഒറ്റവലിക്കു കാലിയാക്കുകയാണ് ചെയ്തത്.

"എന്താ കുടിക്കുന്നില്ലേ?"

അവരുടെ സ്വരത്തിൽ നിരാശ, ഒരല്പം ജാള്യതയും. എന്തോ ഞാനവരെ വീണ്ടും ഒറ്റപ്പെടുത്തിയെന്ന കുറ്റപ്പെടുത്തൽ. അതു കൊണ്ട് ഞാനും ഗ്ലാസ് കാലിയാക്കി.

"വേനൽക്കാലമാണെങ്കിലും ഉള്ളിൽ ചൂടു വേണമല്ലോ."

അവർ പറയാനാഗ്രഹിച്ചത് മറ്റെന്തോ ആയിരുന്നെന്ന് എനിക്കു തോന്നി. പാവം, വാക്കുകൾ കിട്ടാതെ വിഷമിക്കയാണ്.

"ഞാനൊരു രഹസ്യം പറയട്ടെ?"

ധൈര്യം സംഭരിക്കാനെന്ന മട്ടിൽ അവർ എന്റെ കൈത്തണ്ടമേൽ പിടിച്ചു.

"പുറമെ എത്ര ചൂടാണെങ്കിലും ശരി, എനിക്ക് ഏതു സമയവും എന്തുമാത്രം തണുപ്പ് അനുഭവപ്പെടുന്നുവെന്ന് നിങ്ങൾക്കറിയാമോ?"

സങ്കോചം കലർന്ന ചോദ്യഭാവത്തോടെ അവരെന്നെ നോക്കി. ഉത്തരത്തിനോ അതോ സമാശ്വസിപ്പിക്കുമെന്നു പ്രതീക്ഷിച്ചോ?

ഞങ്ങൾ ലാപാസിയിൽനിന്ന് പുറത്തുകടന്നു, ഗൂവിയോൺ സാസിയർ ബുളേവാഡിലേക്ക്. ഒരിളംകാറ്റു വീശി. കഴിഞ്ഞ രണ്ടാഴ്ചയ്ക്കിടയിൽ ഇതാദ്യമായാണ്. അവരെന്റെ കൈയിൽ പിടിച്ചാണ് നടന്നത്.

"ഫർകോട്ട് ഇട്ടത് നന്നായെന്നു തോന്നുന്നു."

വീട്ടിലേക്ക് നടക്കാനാവും മാഡം ഹുബെർസെന്നിന്റെ ഉദ്ദേശം എന്നിരിക്കിലും നടക്കുന്നത് എതിർദിശയിലേക്കാണ്. ഞാനതവരോടു പറഞ്ഞു.

"നമുക്കല്പം നടക്കാം. ദാ, ടാക്സി സ്റ്റാന്റു വരെ."

അത്രയും വൈകിയ നേരത്ത് ആ വേനൽകാലത്ത് ബുളേവാഡിൽ വാഹനത്തിരക്കേ ഇല്ലായിരുന്നു. വിചിത്രമായിത്തോന്നിയേക്കാം എന്നാലും പറയട്ടെ, ഇന്നിതെഴുതുമ്പോഴും വിജനമായ ആ നടപ്പാതയിൽ വീണ അന്നത്തെ ഞങ്ങളുടെ കാലടിശബ്ദങ്ങൾ, അവയുടെ പ്രതിധ്വനി എനിക്കു കേൾക്കാനാകുന്നുണ്ട്. എന്റെ താമസസ്ഥലത്തിനു മുന്നിൽ ഞങ്ങളെത്തിയിരുന്നു. റൂമിൽ ഒരാൾ കാത്തിരിക്കുന്നുവെന്ന് പറഞ്ഞ് അവരോട് വിട ചൊല്ലിയാലോ എന്നു ഞാൻ നിമിഷനേരത്തേക്ക് ശങ്കിച്ചു. റൂം!!! വാതിൽ തുറന്നാൽ തല മച്ചിൽ തട്ടി മുഴയ്ക്കാതിരിക്കണമെങ്കിൽ കിടക്കയിലേക്കു വീഴുകയല്ലാതെ മറ്റുമാർഗങ്ങളൊന്നുമില്ലാത്ത റൂം. അതാലോചിച്ചപ്പോൾ എനിക്ക് ചിരിക്കാതിരിക്കാനായില്ല. സംഭ്രമത്തോടെ അവരെന്റെ കൈയിൽ പിടിമുറുക്കി.

"എന്താ, എന്തിനാ ചിരിച്ചത്?"

എന്തു മറുപടി പറയണമെന്ന് എനിക്കറിയില്ലായിരുന്നു. അവർ മറുപടി പ്രതീക്ഷിച്ചിരുന്നോ? കാറ്റിന് തണുപ്പു കൂടിയെന്ന മട്ടിൽ മറ്റെക്കൈകൊണ്ട് അവർ കോട്ടിന്റെ കോളർ പൊക്കി വെച്ചു.

"ആ പഴയ ആഫ്രിക്കൻ ഓഷാനിക് മുഖംമൂടികളൊക്കെ ഇപ്പഴു മുണ്ടോ?" മൗനം ഭഞ്ജിക്കാനായി ഞാൻ ചോദിച്ചു.

അവർ പൊടുന്നനെ നിന്നു. ആശ്ചര്യചകിതയായി എന്റെ മുഖ ത്തേക്കു നോക്കി

"നിങ്ങളുടെയൊരു ഓർമശക്തി!!!"

അതേ, ഞാനങ്ങനെയാണ്. പക്ഷേ അതേസമയം എന്റെ ജീവിത ത്തിലെ ചില പ്രത്യേക വിശദാംശങ്ങൾ വ്യക്തികൾ, സംഭവങ്ങൾ അങ്ങനെ ഞാൻ പണിപ്പെട്ട് മറക്കാൻ ശ്രമിച്ച കാര്യങ്ങളുമുണ്ട്. തീരെ മറന്നുപോയി എന്ന് ഞാൻ വിശ്വസിച്ച കാര്യങ്ങൾ. പക്ഷേ ഒരു പ്രകോപനവുമില്ലാതെ വർഷങ്ങൾക്കുശേഷം ജഡം ജലനിരപ്പിലേ ക്കെന്നപോലെ അവ പൊന്തി വരുന്നു. ഒരു തിരിവിൽ വെച്ച്, അഥവാ പകൽനേരത്ത് ചില പ്രത്യേക സമയങ്ങളിൽ...

ഞങ്ങൾ ഷാംപെരെ കവാടത്തിനടുത്തെത്തിയിരുന്നു. ഇഷ്ടിക കൊണ്ട് പൊതിഞ്ഞ കെട്ടിടങ്ങൾക്കു മുന്നിലുള്ള സ്റ്റാന്റിൽ ഒരേയൊരു ടാക്സി.

"എന്നോടൊപ്പം വരാമോ?" അവർ ചോദിച്ചു.

വീണ്ടും ഞാൻ പറയാനൊരുങ്ങിയതാണ്, റൂമിൽ ഒരാൾ കാത്തിരിക്കുന്നുവെന്ന്. പക്ഷേ അവരോടു നുണ പറയാൻ സങ്കോചം തോന്നി. മറ്റുള്ളവരെ ഒഴിവാക്കാൻ എത്രയെത്ര നുണകൾ പറഞ്ഞി രിക്കുന്നു. എത്രയോ കെട്ടിടങ്ങളുടെ പിൻവാതിലൂടെ ദ്രുതഗതിയി ലുള്ള രക്ഷപ്പെടലുകൾ, മനഃപൂർവം ഒഴിവാക്കിയ കൂടിക്കാഴ്ചകൾ...

ഞാനും അവരോടൊപ്പം ടാക്സിയിൽ കയറി. അവരുടെ താമസ സ്ഥലം അടുത്താവുമെന്നാണ് ഞാൻ കരുതിയത്. അവിടം വരെ ചെന്ന് അവരെ വീട്ടിലാക്കി തിരിച്ചു പോരാവുന്നതേയുള്ളൂ.

"വെഴ്സായിലേക്ക്, റെയ്ൻ ബുളേവാഡ്." അവർ ഡ്രൈവറോടു പറഞ്ഞു.

ഞാൻ മൗനം പാലിച്ചു. വിശദീകരിക്കുമായിരിക്കും.

"എനിക്ക് തനിച്ച് വീട്ടിലേക്കു പോകാൻ ഭയമാണ്. നിങ്ങൾ ചോദി ച്ചില്ലേ മുഖം മൂടികളെപ്പറ്റി? അവയൊക്കെ എന്നെ നിരീക്ഷിക്കും പോലെ. അപശകുനങ്ങൾ..."

വളരെ ഗൗരവത്തിലാണ് അവരതു പറഞ്ഞത്. അല്പനേരത്തേക്ക്

55

എന്റെ വായടഞ്ഞുപോയി. ശബ്ദം വീണ്ടു കിട്ടിയപ്പോൾ ഞാൻ പറഞ്ഞു

“ഹേയ്, അങ്ങനെ വരില്ല. ആ മുഖം മൂടികളൊന്നും അപശകുനങ്ങളാവാൻ വഴിയില്ല.”

പക്ഷേ അവർ തമാശ പറയുന്നതല്ലെന്ന് എനിക്ക് ബോധ്യമായി. ടാക്സി വളവു തിരിഞ്ഞ് വീണ്ടും ഞങ്ങൾ നടന്നുവന്ന അതേ പാതയിലൂടെ മുന്നോട്ടു നീങ്ങുകയാണ്. വീണ്ടും എന്റെ താമസസ്ഥലം എത്താറായിരിക്കുന്നു.

“എന്റെ സ്ഥലമെത്തി. ദാ, ഇവിടന്ന് വലത്തോട്ട് തിരിഞ്ഞാൽ മതി.”

“നല്ല കുട്ടിയല്ലേ, എന്നോടൊപ്പം വെഴ്സായ് വരെ വരൂ.”

എനിക്കാ അപേക്ഷ നിരസിക്കാനായില്ല. അതെന്റെ കടമയാണെന്ന തോന്നലാണുളവായത്. ട്രാഫിക് സിഗ്നലിൽ ചുവപ്പ് തെളിഞ്ഞു. ടാക്സി നിന്നു. എന്തെങ്കിലും ഒഴികഴിവു പറഞ്ഞൊപ്പിച്ച് കാറിന്റെ വാതിൽ തുറന്ന് പുറത്തിറങ്ങി, സ്ഥലം വിടാൻ അതിയായ ആഗ്രഹം തോന്നി. പക്ഷേ മനസ്സു മന്ത്രിച്ചു: ഇനിയും സമയമുണ്ടല്ലോ. വെഴ്സായിലേക്ക് ഇനിയും ഏറെ ദൂരമുണ്ട്. വഴിക്കെവിടെവെച്ചുവേണമെങ്കിലും ഇറങ്ങാമല്ലോ. എനിക്ക് ഓർമ്മ വന്നത് ഡ്രീംസ് അൻഡ് ഹൗ ടു ഡയറക്റ്റ് ഡ്രീംസ് എന്ന പുസ്തകത്തെക്കുറിച്ചാണ്. സ്വപ്നങ്ങളെ തടുത്തു നിറുത്താമെന്നു മാത്രമല്ല, വഴിതിരിച്ചു വിടാനും സാധ്യമത്രേ. ഏകാഗ്രത വേണമെന്നു മാത്രം. ടാക്സി ഡ്രൈവറിൽ ശ്രദ്ധ കേന്ദ്രീകരിക്കണം. വെഴ്സായിലേക്കു പോവുകയാണെന്ന വസ്തുത മറക്കാനും മാഡം ഹുബർസെന്നിന്റെ വീട്ടുപടിക്കൽ ഞങ്ങളെ ഇറക്കാനും അയാളെ സ്വാധീനിക്കണം. അതേവിധം മാഡം ഹുബെർസെന്നിനേയും സ്വാധീനിക്കണം.

“വീട്ടിലേക്കു പോകണ്ട എന്നുറപ്പാണോ?” വളരെ ശാന്തനായാണ് ഞാൻ അതു ചോദിച്ചത്.

അവർ എന്റെയടുക്കലേക്കു ചേർന്നിരുന്ന് മുഖമടുപ്പിച്ചു.

“നിങ്ങൾക്കറിയില്ല ആ അപ്പാർട്ടുമെന്റിലേക്ക് നിത്യവും രാത്രി തനിയെ തിരിച്ചു ചെല്ലുന്നത്... ആ മുഖംമൂടികളോടൊപ്പം തനിച്ചു കഴിയുന്നത്... എത്രമാത്രം ഭീതിയുളവാക്കുന്നുവെന്ന്. മാത്രവുമല്ല കുറച്ചു കാലമായി എനിക്ക് ലിഫ്റ്റിൽ കയറാനും പേടിയാണ്...”

അന്ന് എനിക്കു ചെറുപ്പമായിരുന്നു. ഒഴിഞ്ഞ വീട്ടിലേക്ക് ഏകയായി തിരിച്ചുവരുന്നതിലുള്ള ഉദ്വേഗവും ആശങ്കയും മനസ്സിലാക്കാനുള്ള പ്രായമോ പക്വതയോ അന്നെനിക്ക് ഇല്ലായിരുന്നു. എനിക്ക് ലിഫ്റ്റിൽ കയറാൻ പേടി തോന്നിയിരുന്നില്ല. ചെറിയ കോണി കയറി

തട്ടിൻപുറത്തുള്ള റൂമിലേക്കു നടക്കാൻ പേടി തോന്നിയിരുന്നില്ല. നിവർന്നു നിൽക്കാൻ പോലുമാകാത്ത റൂമിൽ ഒറ്റയ്ക്കു കഴിയാനും പേടി തോന്നിയിരുന്നില്ല. അന്ന് മാഡം ഹുബെർസെന്നിന് പ്രായം മുപ്പതിൽ കുറവേ കാണൂ. അവർക്കന്നുണ്ടായിരുന്നതിനേക്കാൾ നാല്പതു വയസു കൂടുതലുണ്ട് ഇന്നെനിക്ക്. ആ അനുഭവജ്ഞാനം വെച്ചു പറയുകയാണ് ആ ചെറുപ്രായത്തിൽ അവർ അത്തരം ആശങ്കകൾക്കിരയായി എന്നത് വിചിത്രം തന്നെ. അല്ലലുകളും ഉദ്വേഗങ്ങളുമില്ലാത്ത യുവത്വം ഒരു പ്രപഞ്ചസത്യമേയല്ല.

വീണ്ടുമൊരു ചുവപ്പു സിഗ്നൽ ലാപാസ്സീ റെസ്റ്റോറന്റിനു സമീപമാണ്. ഇനിയുമുണ്ടാവും വഴിനീളെ എത്രയോ ചുവന്ന സിഗ്നലുകൾ. അതിലൊന്നിൽ ഇറങ്ങാമല്ലോ. സമയമുണ്ട്. ഇതാദ്യമായല്ലല്ലോ. പണ്ട് രണ്ടു തവണ കാറിൽ നിന്ന് ഇറങ്ങിയോടിയവനാണ് ഞാൻ. അന്നു ഏറെ ചെറുപ്പമായിരുന്നു. ഞായറാഴ്ച വൈകുന്നേരം ബോർഡിംഗിൽ തിരികെ എത്തിക്കുന്ന കാർ യാത്ര. പിന്നെ ഇരുപതാം വയസ്സിൽ ഒരു കാറിൽ മറ്റു പലരോടുമൊപ്പം യാത്ര ചെയ്യവെ. ഡ്രൈവറാണെങ്കിൽ കുടിച്ച് ബോധമില്ലാത്തവൻ. ഭാഗ്യത്തിന് ഞാൻ വാതിലിനരികത്താണ് ഇരുന്നിരുന്നത്...

"അപ്പോൾ വീട്ടിലേക്ക് പോകുന്നില്ലന്ന് ഉറപ്പാണോ?" ഞാൻ വീണ്ടും ചോദിച്ചു.

"അതെ. ഇപ്പോൾ പോകണ്ട. നാളെ... നേരം പുലർന്ന ശേഷം..."

ഞങ്ങൾ ബുളോണ്യ ഉദ്യാനത്തിനടുത്തെത്തിയിരുന്നു. മാഡം ഹുബെർസെൻ കണ്ണുകളടച്ചിരിക്കുന്നു. ഞാൻ കാറിന്റെ വാതിൽ പരിശോധിച്ചു. ഇല്ല പൂട്ടിയിട്ടില്ല. രാത്രികാലങ്ങളിലെ ചില ടാക്സികളിൽ ആ പതിവുണ്ട്. ധൃതിയില്ല. ഇനിയുമുണ്ട് സമയം...

ഓട്ടൈൽ കവാടമെത്തി. മാഡം ഹുബെർസെന്നിന്റെ ശിരസ്സ് എന്റെ തോളിലേക്ക് വഴുതി വീണു. അവരുറങ്ങിപ്പോയിരുന്നു. ഇനിയിപ്പോൾ അവരുടെ ശിരസ് പതുക്കെ സീറ്റിലേക്ക് മാറ്റി വെച്ച് ഒട്ടും ശബ്ദമുണ്ടാക്കാതെ ഡോറു തുറന്ന് വേണം ഇറങ്ങാൻ. അവരുടെ ശിരസ് എന്റെ തോളിന് ഒരു ഭാരമേയില്ലായിരുന്നു. അവർക്ക് എന്നിലുള്ള വിശ്വാസത്തിന്റെ അടയാളമായിരുന്നു ആ കിടപ്പ്. അവരോട് വിശ്വാസവഞ്ചന ചെയ്യാൻ എന്റെ മനസ്സാക്ഷി സമ്മതിച്ചില്ല. സാക്ലൂ കവാടം താണ്ടി, ഇനി സെയ്ൻ നദിക്കടിയിലൂടെയുള്ള തുരങ്കപ്പാതയാണ്. പിന്നെ പശ്ചിമ ഹൈവേ ആയി. ഹൈവേയിൽ സിഗ്നലുകളൊന്നുമില്ല.

13

പതിനൊന്നാമത്തെ വയസ്സു മുതൽ ഒളിച്ചോട്ടങ്ങൾ എന്റെ ജീവിതത്തിന്റെ സുപ്രധാനഭാഗമായി തീർന്നിരുന്നു. ബോർഡിംഗ് സ്കൂളുകളിൽനിന്ന്, മിലിറ്ററി സർവീസിൽ ചേരാൻ പോകുന്ന വഴിക്ക് രാത്രിയിലെ ട്രെയിനിൽ നിന്ന്, പറഞ്ഞുറപ്പിച്ച കൂടിക്കാഴ്ചകളിൽ നിന്ന്, ഞാനുപയോഗിച്ചിരുന്ന പതിവു വാചകങ്ങൾ: "ദേ, ഇവിടെ ഇത്തിരി നിൽക്കൂ, ഞാൻ ചെന്ന് സിഗററ്റു വാങ്ങിയിട്ടു വരാം." അതല്ലെങ്കിൽ ഒരു നൂറായിരം തവണ പറഞ്ഞിട്ടുള്ള എവിടെയുമെത്താത്ത "ദേ, ദാ എത്തി..."

ഇന്നെനിക്ക് അതേപ്പറ്റിയൊക്കെ ഖേദമുണ്ട്. ആത്മവിശകലനം ചെയ്യാനുള്ള കഴിവൊന്നും എനിക്കില്ല. പക്ഷേ എന്തുകൊണ്ടാണ് ഒളിച്ചോട്ടം എന്റെ പ്രവർത്തനശൈലിയായി മാറിയതെന്ന് എനിക്കറിഞ്ഞാൽ കൊള്ളാമെന്നുണ്ട്. ആ ശൈലി ഒരു പാടുകാലം, ഇരുപത്തിരണ്ടു വയസ്സു വരെ ഞാൻ കൊണ്ടുനടന്നു. ഒരു തരം ബാലാരിഷ്ടത, ചിക്കൻപോക്സ്, വില്ലൻചുമ എന്നീ തരം ശൈശവരോഗങ്ങൾ പോലെ. എന്റെ വ്യക്തിഗതമായ അനുഭവങ്ങളെ മുൻനിറുത്തി ഒളിച്ചോട്ടത്തെപ്പറ്റി ഒരു പ്രബന്ധം എഴുതണമെന്ന് ഞാൻ മനസ്സിൽ സങ്കൽപിച്ചിരുന്നു. എന്റെ ആരാധ്യരായ കാർഡിനൽഡുറെ, ലാബ്രൂയേ, ലാ ഹുസഫുകോ, വൂവ്നാഗ് എന്നീ എഴുത്തുകാരുടെ ശൈലിയിൽ. പക്ഷേ എനിക്ക് വ്യക്തിഗതമായ പ്രത്യേക സാഹചര്യങ്ങളെപ്പറ്റി, മുഹൂർത്തങ്ങളെപ്പറ്റി മാത്രമേ പറയാനാവുമായിരുന്നുള്ളൂ. ഉദാഹരണത്തിന് അറുപത്തിയഞ്ച് വേനൽക്കാലത്തെ ആ അപരാഹ്നം. സാമിഷേൽ ബുളേവാഡിലെ ഇടുങ്ങിയ കഫേയ്ക്കകത്തെ ബാറിലിരിക്കുന്ന ഞാൻ. ആ കഫേയ്ക്ക് പ്രത്യേകതയുണ്ടായിരുന്നു, കാരണം വിദ്യാർത്ഥികൾക്ക് അവിടെ പ്രവേശനമില്ലായിരുന്നു. പിഗാലിലും സാലസാരെ സ്റ്റേഷനടുത്തുമുള്ള ബാറുകളിൽ കണ്ടിട്ടുള്ള വിധം നീണ്ട ബാർ കൗണ്ടർ. അവിടെയിരിക്കെ ആ മുഹൂർത്തത്തിൽ എനിക്കു ബോധ്യമായി എന്റെ പ്രവർത്തികൾ അതിരു

വിടുന്നുണ്ടെന്ന്, ഉടനെ എന്തെങ്കിലും ചെയ്തില്ലെങ്കിൽ നിലകിട്ടാത്ത അഗാധതയിലേക്ക് ഞാൻ വലിച്ചിഴയ്ക്കപ്പെടുമെന്ന്. എനിക്ക് അന്നു വരെ അപായഭീതിയൊന്നും ഇല്ലായിരുന്നു. പാരീസ് നിശാജീവിതത്തിന്റെ നിഗൂഢതകൾ അന്വേഷിച്ചിറങ്ങിയ പതിനെട്ടാം നൂറ്റാണ്ടിലെ ഒരെഴുത്തുകാരനെപ്പോലെത്തന്നെ ഞാനും വെറുമൊരു നിശാനിരീക്ഷകനെന്ന നിലയ്ക്ക് സുരക്ഷിതനാണെന്ന വിശ്വാസവുമുണ്ടായിരുന്നു. പക്ഷേ ഇത്തവണ എന്റെ കൗതുകം എന്നെ കെണിയിലാക്കിയിരിക്കുന്നു. തീയോടാണ് ഞാൻ കളിച്ചിരിക്കുന്നത്. ഉടൻ സ്ഥലം വിട്ടില്ലെങ്കിൽ ആകെ കുഴയും. പിന്നെ നിൽക്കക്കള്ളിയില്ലാതാവും. ഇത് മുമ്പത്തെപ്പോലുള്ള നിസ്സാരകാര്യങ്ങളിൽ നിന്നുള്ള ഒളിച്ചോട്ടമല്ല. അതിലുമെത്രയോ വലുത്, ഗുരുതരം. ഞാൻ അടിത്തട്ടിലാണ്, സർവശക്തിയുമെടുത്ത് കുതികാൽ നിലത്തൂന്നി, മുകൾപരപ്പിലേക്കു കുതിക്കേണ്ടിയിരിക്കുന്നു.

തലേന്നത്തെ സംഭവമായിരുന്നു എല്ലാത്തിനും കാരണം. അതേപ്പറ്റി, ഇരുപതു വർഷങ്ങൾക്കു ശേഷം 1985ൽ പ്രസിദ്ധീകരിച്ച നോവലിലെ ഒരധ്യായത്തിൽ ഞാൻ പരോക്ഷമായി വിവരിച്ചിട്ടുണ്ട്. എന്റെ മനസ്സിലെ ഭാരമൊഴിവാക്കാനായിരുന്നു അങ്ങനെ ചെയ്തത്. ഒരേറ്റുപറച്ചിൽ. രേഖാമൂലമുള്ള കുമ്പസാരം. പക്ഷേ ഇരുപതു വർഷം വളരെ ചെറിയ കാലയളവാണ്. അതിനകം എല്ലാ പ്രധാന സാക്ഷികളും ഇല്ലാതായെന്നു വരില്ല. സംഭവത്തിന്റെ നിയമവശങ്ങളെക്കുറിച്ച് ഞാനന്ന് ആലോചിച്ചിരുന്നു. എത്ര വർഷങ്ങൾക്കു ശേഷമാണ് ഒരു കേസ് കാലഹരണപ്പെട്ടതായി കണക്കാക്കപ്പെടുക? അങ്ങനെ പ്രതികൾക്കും അവരുടെ കൂട്ടാളികൾക്കുമായുള്ള തെരച്ചിൽ പൊലീസ് അവസാനിപ്പിക്കുക?

ആ വ്യക്തിയെ ഞാൻ കണ്ടുമുട്ടിയിട്ട് ഏതാനും ആഴ്ചകളേ ആയിരുന്നുള്ളൂ. അമ്പതു വർഷം കഴിഞ്ഞെങ്കിലും പേരും മറ്റു വിശദാംശങ്ങളും എഴുതാൻ എനിക്കു സങ്കോചമുണ്ട്. ആർക്കെങ്കിലുമൊക്കെ അവളെ തിരിച്ചറിയാൻ കഴിഞ്ഞെന്നു വരാം. അത് 1965ലെ ജൂൺ മാസം ആയിരുന്നു. ഞങ്ങളുടെ ആദ്യത്തെ കൂടിക്കാഴ്ച കഴിഞ്ഞ് ഏതാനും ആഴ്ചകൾക്കു ശേഷം രാത്രി ഏറെ വൈകി അവളുടെ ഫോൺ വന്നു. മാർടിൻ ഹെവാഡിന്റെ റോഡോൺ റോഡിലെ രണ്ടാം നമ്പർ അപ്പാർട്ട്മെന്റിൽ ഒരപകടം സംഭവിച്ചിരിക്കുന്നു. അവിടേക്ക് ഉടനെത്തണമെന്ന് അവൾ അപേക്ഷിച്ചു.

അവിടെ വെച്ചായിരുന്നു ഞങ്ങൾ പരസ്പരം പരിചയപ്പെട്ടത്. അവിടെ എല്ലാ ഞായറാഴ്ച രാത്രികളിലും ചങ്ങാതികൾ ഒത്തുചേർന്ന് പാർട്ടി നടത്താറുണ്ടായിരുന്നു. ആ ചങ്ങാതിക്കൂട്ടത്തെ രാക്കഴുകന്മാർ എന്നാണ് ഹെവാഡ് വിശേഷിപ്പിച്ചിരുന്നത്.

അന്നു ഫോൺ വിളിയെത്തുടർന്ന് ഞാനവിടെ എത്തിയെപ്പോൾ സ്വീകരണമുറിയിൽ താഴെ കാർപ്പെറ്റിൽ ലൂഡോ എഫിന്റെ ജഡം. രാക്കഴുകന്മാരുടെ കൂട്ടത്തിൽ ഏറ്റവും തെമ്മാടിയായിരുന്നു ലൂഡോ. അവൾ അയാളെ അബദ്ധത്തിൽ കൊലപ്പെടുത്തിയിരിക്കുന്നു. അവളുടെ കൈകളിൽ തോക്ക്. തോക്ക് ബുക്ഷെൽഫിൽ നിന്നു കിട്ടിയതാണെന്ന് അവൾ പറഞ്ഞു. തോക്ക് തുകലുറയിൽ തിരിച്ചിട്ട് അവളെനിക്കുനേരെ നീട്ടി. ഈ അസമയത്ത് ലൂഡോവിനൊപ്പം അവളിവിടെ എന്തു ചെയ്യുകയായിരുന്നു? ഇവിടന്നു പുറത്തു കടന്നു കിട്ടിയശേഷം, അല്പം ശുദ്ധവായു ശ്വസിച്ചശേഷം എല്ലാം വിശദമായി പറയാമെന്ന് അവൾ കേണു.

തളത്തിലെ വിളക്കുകൾ തെളിയിക്കാതെ അവളുടെ കൈപിടിച്ച് ഞാൻ പുറത്തു കടന്നു. ലിഫ്റ്റുപയോഗിക്കാതെ, കോണിപ്പടികളിലൂടെ താഴെയിറങ്ങി. തറനിരപ്പിൽ വാച്ച്മാന്റെ കാബിനു പുറകിലായി കോണിപ്പടികൾ അവസാനിക്കും. അവിടെ പുറത്തേക്ക്, റോഡിലേക്കു തുറക്കുന്ന വാതിലുണ്ട്. ഞങ്ങൾ പടികളിറങ്ങി വാതിൽ തുറക്കാൻ ശ്രമിക്കവേ കോണിപ്പടികളിൽ അരിച്ചിറങ്ങുന്ന അരണ്ട വെളിച്ചത്തിലൂടെ വാച്ച്മാൻ ഞങ്ങളെ ശ്രദ്ധിച്ചു. പുറത്തേക്കുള്ള വാതിൽ പൂട്ടിയിരുന്നു. ഇതെങ്ങനെ തുറക്കാനാണ്? ഒരു നിമിഷം ഒരു യുഗത്തോളം ദൈർഘ്യമേറിയ ഒരു നിമിഷം. വാതിലിനടുത്ത് ചുമരിലെ ബട്ടൺ ഞാൻ കണ്ടു. വളരെ ശ്രദ്ധയോടെ ഞാനതിലമർത്തി, ക്ലിക് ശബ്ദം കേട്ടയുടൻ ഞാൻ വാതിൽ തള്ളിത്തുറന്നു. എന്റെ ഓരോ നീക്കവും വളരെ പതുക്കെയും അതിസൂക്ഷ്മവുമായിരുന്നു, അപ്പോഴൊക്കെ എന്റെ കണ്ണുകൾ വാച്ച്മാനിൽത്തന്നെ ഉടക്കിനിന്നു. എന്റെ രൂപപ്രകൃതി വേണമെങ്കിൽ ഓർത്തുവെച്ചോളൂ എന്ന ധാർഷ്ട്യത്തോടെ. അവൾ അക്ഷമയാകാൻ തുടങ്ങിയിരുന്നു, അവളെ ആദ്യം പുറത്തു കടക്കാൻ അനുവദിച്ച്, ഏതാനും നിമിഷങ്ങൾ കൂടി വാച്ച്മാനെത്തന്നെ നോക്കി ഞാൻ നിന്നു. അയാളെന്റെ നേരെ വരുമെന്ന് ഞാൻ കരുതി, പക്ഷേ അയാളനങ്ങിയില്ല, എന്നെത്തന്നെ നോക്കി നിശ്ചലനായി നിന്നു. അവൾ ഏതാനും വാര മുന്നിലെത്തിയിരുന്നു. അവളോടൊപ്പമെത്താൻ എനിക്കാകുമോ എന്നു ഞാൻ ശങ്കിച്ചു. കാരണം എന്റെ ചലനങ്ങൾ ഏതാണ്ട് നിലച്ചുപോയ മട്ടായിരുന്നു. ഞാനങ്ങനെ ഒഴുകിപ്പോവുകയാണെന്ന തോന്നൽ.

ഞങ്ങൾ ട്രോകാർഡീറോ ചത്വരത്തിലെത്തിയിരുന്നു. സമയം പുലർച്ചെ രണ്ടു മണി. കഫേകളെല്ലാം അടഞ്ഞുകിടക്കുന്നു. എന്റെ മനസ്സിന് വല്ലാത്തൊരു ലാഘവം, ഒരു ശാന്തത. പ്രയാസമേതുമില്ലാതെ ശ്വാസോച്ഛ്വാസം കഴിക്കാൻ എനിക്കു സാധിച്ചു. അത്രയും ശാന്തത

എനിക്കെവിടെന്നു കിട്ടി? ട്രോകാർഡീറോ ചുറ്റുവട്ടത്തെ നിശ്ശബ്ദതയും തെളിഞ്ഞ അന്തരീക്ഷവും പകർന്നു തന്നതോണോ? കാറ്റിന് എന്തൊരു സ്നിഗ്ധത, എന്തൊരു മാർദ്ദവം. ഓട്സ്വായിലേതു പോലെ. കഴിഞ്ഞ കുറെ ദിവസങ്ങളായി ഞാൻ വായിച്ചുകൊണ്ടിരുന്ന, എർവഡെ സാഡെനി എഴുതിയ സ്വപ്നങ്ങൾ അവയെ എങ്ങനെ വരുതിയിൽ നിറുത്താം എന്ന പുസ്തകം എന്നെ ഏറെ സ്വാധീനിച്ചിരിക്കുന്നു. അതെന്റെ കിടക്കയ്ക്കരികിലെ മേശപ്പുറത്ത് സ്ഥലം പിടിച്ചിരുന്നു. എന്റെ ശാന്തത ഞാനവൾക്കും പകർന്നു കൊടുത്തതായി എനിക്കനുഭവപ്പെട്ടു. ഞങ്ങളിരുവരും ചുവടുകളൊപ്പിച്ചാണ് നടക്കുന്നത്. എവിടേക്കാണ് പോകെന്ന് അവളാരാഞ്ഞു. മോമാർട്ടിലെ അല്സിനാ ഹോട്ടലിലേക്കോ, സാമോർദിഫോസിലെ അവളുടെ താമസസ്ഥലത്തേക്കോ പോകാനാവില്ല; വല്ലാതെ വൈകിപ്പോയിരിക്കുന്നു. ഏറ്റവും അടുത്തുള്ള, റോഡോൺ റോഡിന്റെ തുടക്കത്തിൽ തന്നെയുള്ള ഹോട്ടൽ എന്റെ ശ്രദ്ധയിൽപെട്ടു. പക്ഷേ അവിടേക്കു പോകും മുമ്പ് ജാക്കറ്റ് പോക്കറ്റിലെ തോക്ക് കളയേണ്ടിയിരിക്കുന്നു. അടുത്തെങ്ങാനും ഓടയുണ്ടായിരുന്നെങ്കിൽ അതിലൊഴുക്കിവിടാമായിരുന്നു. തോക്ക് കൈയിലെടുത്തത് കണ്ട് അവളുടെ അങ്കലാപ്പു വർദ്ധിച്ചു. ഞാനവളെ സമാധാനിപ്പിക്കാൻ ശ്രമിച്ചു. ഞങ്ങളാ കവലയിൽ തനിച്ചായിരുന്നു. ഇനിയഥവാ അടുത്തുള്ള കെട്ടിടങ്ങളിൽ നിന്ന് ജനാലയിലൂടെ ആരെങ്കിലും ഞങ്ങളെ ശ്രദ്ധിക്കുകയാണെങ്കിലും ഒരു ചുക്കുമില്ല. അവർക്കൊന്നും ഞങ്ങളെ ഒന്നും ചെയ്യാനാവില്ല. ഇതൊരു ദുഃസ്വപ്നം മാത്രം. എനിക്കിഷ്ടപ്പെട്ട രീതിയിൽ ഇതിനെ വഴിതിരിച്ചു വിടുകയേ വേണ്ടൂ. പുസ്തകത്തിൽ പറഞ്ഞതു പ്രകാരം സ്റ്റിയറിംഗ് വീൽ പതുക്കെ തിരിച്ച് കാറിന്റെ ദിശ മാറ്റുംപോലെ. അമേരിക്കൻ കാറുകൾ എങ്ങനെയാണ് വെള്ളത്തിലൊഴുകിപ്പോകും പോലെ അത്ര സുഗമമായാണ് മുന്നോട്ടുനീങ്ങുക.

കവല ചുറ്റി നടക്കവേ, നാവിക മ്യൂസിയത്തിനു മുന്നിൽ കണ്ട ചവറ്റുകൊട്ടയിലേക്ക് ഞാനാ തോക്ക് വീശിയെറിഞ്ഞു. എന്നിട്ട് മുൻപു കണ്ട ഹോട്ടലിനെ ലക്ഷ്യമാക്കി തിരിഞ്ഞു നടന്നു. ഹോട്ടൽ മാലക്കോഫ്. അതിനുശേഷം പല തവണ ആ വഴിക്കു പോയിട്ടുണ്ട്. അഞ്ചു വർഷം മുൻപ് അതുപോലൊരു വേനൽക്കാലത്ത് ഞാനവിടെ കയറി. ഒരു റൂമെടുക്കാനെന്ന നാട്യത്തിൽ. അതൊരു വെറും നാട്യമായിരുന്നു. ഉപായത്തിൽ പഴയ റജിസ്റ്ററിലെ വിവരങ്ങൾ പരിശോധിക്കുകയായിരുന്നു യഥാർത്ഥ ലക്ഷ്യം. ജൂൺ 28, 1965ലെ വിവരങ്ങൾ. അവർ ആ പഴയ റെജിസ്റ്ററുകളൊക്കെ പൊലീസുകാർക്കു ഇടയ്ക്കിടെ പരിശോധിക്കാനായി ഇപ്പോഴും സൂക്ഷിച്ചുവെച്ചിരിക്കാനിടയുണ്ടോ? അന്നത്തെ

ആ രാത്രി, ഇന്നേക്ക് അൻപതു വർഷം മുമ്പുള്ള ആ രാത്രി. അന്ന് റിസപ്ഷനിൽ ഒരു വാച്ച്മാൻ മാത്രമേ ഉണ്ടായിരുന്നുള്ളൂ. അവൾ പുറകിൽ നിന്നതേയുള്ളൂ. ഞാനാണ് റജിസ്റ്ററിൽ പേരുവിവരങ്ങൾ എഴുതിയത്. വാച്ച്മാൻ ഒന്നും ഇങ്ങോട്ടു ചോദിച്ചതേയില്ല. തിരിച്ചറിയൽ കാർഡുപോലും ആവശ്യപ്പെട്ടില്ല. ഹാർവെ ഡാസാഡെനിക്ക് എന്റെ ആത്മവിശ്വാസത്തിൽ ഏറെ അഭിമാനം തോന്നിയിരുന്നേനേ. റജിസ്ട്രേഷൻ കാർഡിൽ, വടിവുള്ള കൈപ്പടയിൽ വിവരങ്ങൾ എഴുതിച്ചേർക്കാൻ ഞാൻ ശ്രമിച്ചെങ്കിലും തരപ്പെട്ടില്ല. കാരണം ഡോട്ട് പെൻ അത്ര നല്ലതല്ലായിരുന്നു. എന്റെയുള്ളിൽ, ഇതിനു മുമ്പൊരിക്കലും അനുഭവപ്പെട്ടിട്ടില്ലാത്ത സുഖദമായ ഒരു ശാന്തഭാവം. 2, റോഡോൺ അവെന്യു എന്ന മേൽവിലാസമാണ് ഞാനെഴുതി ചേർത്തത്. അവിടെ സ്വീകരണമുറിയിലെ കാർപ്പെറ്റിൽ നിത്യശാന്തിയടഞ്ഞ ലൂഡോ എഫിന്റെ ജഡം.

സാമിഷേൽ ബാറിലിരിക്കെ എന്നെ പിടികൂടിയ ഭയാശങ്കകൾ പിന്നീടുള്ള ദിവസങ്ങളിൽ, ഏതാണ്ടൊക്കെ ശമിച്ചു. ആ ബാറിലിരുന്നു നോക്കിയാൽ പുറത്ത്, പാലത്തിനപ്പുറത്തായി കോടതിക്കെട്ടിടങ്ങളും പൊലീസ് ഹെഡ്ക്വാർട്ടേഴ്സ് സമുച്ചയവും കാണാം. ഒരു വേള അതാവണം എന്നിൽ ഭീതി ജനിപ്പിച്ചത്. സാമിഷേൽ ചുറ്റുവട്ടത്തിലെ പല ബാറുകളിലും പൊലീസിന്റെ കണ്ണുകൾ മാത്രമല്ല വരവും പോക്കും ഉണ്ടെന്ന കാര്യവും എനിക്കറിയാമായിരുന്നു. അതിനുശേഷം ഞങ്ങൾ മോമാർട്ട് ചുറ്റുവട്ടത്ത് ഒതുങ്ങിക്കഴിഞ്ഞു. അവിടെ ഞങ്ങൾ സുരക്ഷിതരാണെന്ന ബോധം ഉണ്ടായി. ലൂഡോ എഫിന്റെ മരണം നടന്ന രാത്രിയും അന്നത്തെ സംഭവങ്ങളും സാങ്കല്പികമോ എന്ന തോന്നൽ പോലും ഉണ്ടായി.

അന്നത്തെ ആ സംഭവങ്ങളെപ്പറ്റി പറയുമ്പോൾ ഇപ്പോഴും എനിക്കല്പം വിറയൽ അനുഭവപ്പെടാറുണ്ട്. യുവാവായിരുന്ന അവസ്ഥയിലെ ഒരിക്കലും മറക്കാനാവാത്ത കാലഘട്ടമായിരുന്നു അത്. അവിടന്നങ്ങോട്ട് ജീവിതത്തിന്റെ നിറം തന്നെ മാറിപ്പോയി. ഞങ്ങൾക്ക് തികച്ചും അപരിചിതനായിരുന്ന ലൂഡോ എഫിന്റെ മരണം സത്യത്തിൽ യാഥാർത്ഥ്യത്തിന്റെ ചാട്ടവാറടിയായിരുന്നോ? അതിനുശേഷം പലപ്പോഴും വെടിയൊച്ച കേട്ട് ഞാൻ ഞെട്ടിയുണരുമായിരുന്നു, നിമിഷങ്ങൾ വേണ്ടിവരും അതു സ്വപ്നമാണെന്നും യാഥാർത്ഥ്യമല്ലെന്നും ബോധ്യമാവാൻ. അന്നൊക്കെ ദിവസവും അൽസിനാ ഹോട്ടലിൽ നിന്നിറങ്ങി, ഞാൻ അടുത്തുള്ള കൊച്ചു പത്രക്കടയിലേക്കു പോകും. അവളറിയാതെ മഞ്ഞപ്പത്രങ്ങളടക്കം പലതും വാങ്ങും, രഹസ്യമായി താളുകൾ മറിച്ചു നോക്കും. ഒരിടത്തും ലൂഡോ

എഫിന്റെ കൊലപാതക വാർത്ത കണ്ടില്ല. ആർക്കും അയാളിൽ താത്പര്യമില്ലെന്നു വരുമോ? അതോ കുഴപ്പങ്ങൾ ഒഴിവാക്കാനായി അയാളുടെ കൂട്ടുകാർ തന്നെ ആ മരണം മൂടി മറച്ചെന്നു വരുമോ? അത്തരമൊരു ദിവസം അല്പം അകലെയുള്ള റേവ് കഫേയിൽ ഇരിക്കവെ, ഒരു പത്രത്തിന്റെ മാർജിനിൽ ഞായറാഴ്ച പാർട്ടികളിലെ രാക്കഴുകന്മാരിൽ എനിക്കറിയാവുന്നവരുടെ പേരുകൾ ഞാൻ കുറിച്ചിടാൻ ശ്രമിച്ചു.

ഇന്ന് അമ്പതു വർഷങ്ങൾക്കു ശേഷം ആ ശ്രമം ഒരിക്കൽ കൂടി ഈ വെള്ളക്കടലാസിൽ ആവർത്തിക്കാൻ ഞാൻ നിർബന്ധിതനാകുന്നു. മാർട്ടിൻ ഹെവാഡ്, ഫിലിപ് ഹെവാഡ്, ഷോൺ ടെറെയ്ൽ, ആൻഡ്രീ കാർവ്, ഗീ ലവീണ്യെ, റോജർ ഫാവാർടും ചാരക്കണ്ണുകളും മുഖം നിറയെ തവിട്ടു പുള്ളികളുമുള്ള അയാളുടെ ഭാര്യയും. പിന്നെ.

അവരിലൊരാൾ പോലും ഈ അമ്പതു കൊല്ലങ്ങൾക്കിടയ്ക്ക് ഞാനുമായി ബന്ധപ്പെടാൻ ശ്രമിച്ചിട്ടില്ല. അവർക്ക് ഞാനൊരു അരൂപിയായിരിക്കാം. അതല്ലെങ്കിൽ മറ്റു ചിലരുടെ മൗനത്തിന്റെ തണലിലല്ലേ നമ്മളൊക്കെ ജീവിക്കുന്നത്?

14

ജൂൺ ജൂലൈ 1965. ആ വേനൽക്കാല ദിനങ്ങൾ ഒന്നൊന്നായി ഒരേ വിധം കടന്നു പോയി. പകൽ മുഴുവനും ഭയങ്കര വെയിലും ചൂടും. സമയത്തിന്റെ വിരസപ്രവാഹത്തിൽ മലർന്നു, പൊന്തിക്കിടക്കുകയേ വേണ്ടൂ. പരേതനെക്കുറിച്ചു ഞങ്ങൾ മറന്നു പോയ മട്ട്. എന്തായാലും അയാളെക്കുറിച്ച് അവൾക്ക് അധികമൊന്നും അറിയില്ലത്രേ. പോന്ത്യൂ റോഡിലെ പെർഫ്യൂം കടയിലായിരുന്നു അവൾക്കു ജോലി. അവിടെ വെച്ചാണ് അവളയാളെ ആദ്യമായി കണ്ടത്. അതിനടുത്ത കഫേയിലായിരുന്നു പതിവായി അവളുടെ ഉച്ചഭക്ഷണം. ഒരു സാൻഡ്‌വിച്ച്. അവിടെ വെച്ചും അവർ പല തവണ കണ്ടു, പിന്നെ പരിചയപ്പെട്ടു. ഞായറാഴ്ചകളിൽ മാർട്ടിൻ ഹെവാഡിന്റെ റോഡോൺ റോഡിലുള്ള അപ്പാർട്ട്മെന്റിലെ പാർട്ടിയിലേക്ക് ഏതാനും തവണ അയാളാണ് കൂട്ടിക്കൊണ്ടുവന്നത്. അവിടെ വെച്ചാണല്ലോ ഞാനവളെ പരിചയപ്പെട്ടതും. അത്ര തന്നെ. എന്നാൽ ആ നിർണായക രാത്രിയിൽ അവിടെ നടന്നത് ഒരു കൈയബദ്ധം. അതിൽ കൂടുതൽ പറയാൻ അവൾ തയ്യാറായതേയില്ല.

ഇപ്പോൾ ആ വേനൽക്കാലത്തെപ്പറ്റി ഓർക്കുമ്പോൾ എനിക്കു മറ്റൊരു പ്രതീതിയാണുണ്ടാവുന്നത്. എന്റെ ജീവിതത്തിന്റെ ഒരു ഭാഗമേയല്ല ആ ദിനങ്ങളെന്ന്. ഒഴിവാക്കപ്പെടാവുന്ന ഒരനുബന്ധം.

വളരെ വർഷങ്ങൾക്കു ശേഷം മോമാർട്ട് ചുറ്റുവട്ടത്ത് ഓറിയോൺ റോഡിലെ ഒമ്പതാം നമ്പർ കെട്ടിടത്തിൽ സ്നേഹിതയോടൊപ്പം ഞാൻ താമസിച്ചിരുന്ന കാലം. ചുറ്റുവട്ടം പഴയപോലായിരുന്നില്ല. എന്തു മാത്രം മാറിയിരിക്കുന്നു. ഞാനും മാറിപ്പോയിരുന്നു. ചുറ്റുവട്ടവും ഞാനും ഞങ്ങളുടെ നിഷ്കളങ്കത വീണ്ടെടുത്തിരുന്നു. ഒരു ദിവസം ഉച്ചതിരിഞ്ഞ് ഞാൻ അൽസിനാ ഹോട്ടൽ നിന്നിരുന്ന സ്ഥലത്തെത്തി. ഹോട്ടൽ പൊളിച്ചുമാറ്റപ്പെട്ടിരിക്കുന്നു, ആ സ്ഥലത്ത് നിരനിരയായി അപ്പാർട്ട്മെന്റുകൾ ഉയർന്നു വന്നിരിക്കുന്നു. എന്റെ സ്മരണയിൽ തെളിഞ്ഞു നിന്നിരുന്ന 1965 വേനലിലെ മോമാർട്ട് വെറും സങ്കല്പം മാത്രമായിത്തീർന്നിരിക്കുന്നു. അതുകൊണ്ടുകൂടി ഇനിയെനിക്ക് ഒന്നും പേടിക്കാനേയില്ല.

15

അറുപത്തിയഞ്ചിലെ ആ വേനൽക്കാലത്ത് ക്ലിഷി ബുളേവാഡിനപ്പുറം തെക്കോട്ട് ഞങ്ങൾ പോയതേയില്ല. ഞങ്ങളുടെ നീക്കങ്ങൾ കൂലായ്കൂറിലെ ചെറിയ ചുറ്റുവട്ടത്തിൽ, ഒതുങ്ങിനിന്നു. ആ ജൂലൈയിൽ റേവ് കഫേയിലെ നടപ്പാതയിലേക്ക് നീട്ടിയിട്ടിരുന്ന മേശകളിൽ ഞങ്ങൾ മാത്രമായിരുന്നു പതിവുകാർ. ഉച്ചതിരിഞ്ഞ് അല്പം വടക്കോട്ടായുള്ള സാൻ ക്രിസ്റ്റോബാലിലും ഞങ്ങൾ മാത്രമേ ഉണ്ടാകുമായിരുന്നുള്ളൂ. ഞങ്ങളുടെ നീക്കങ്ങൾക്ക് ഒരു മാറ്റവുമുണ്ടായിരുന്നില്ല. ദിവസങ്ങൾക്കു പരസ്പരം മാറ്റമില്ലാത്തതുപോലെ. ഒരേ സൂര്യൻ ഒരേ സമയം, ഒരേ സ്ഥലം ചുട്ടുപൊള്ളുന്ന ദിവസങ്ങളിൽ പാത തീർത്തും വിജനമായിരിക്കും എങ്കിലും എന്തോ ഒരു വലിയ ഭീഷണി അന്തരീക്ഷത്തിൽ തങ്ങിനിന്നിരുന്നു. കാർപ്പെറ്റിലെ ജഡം, സ്വീകരണമുറിയിലെ ലൈറ്റുകൾ ഞങ്ങളണച്ചിരുന്നില്ലെന്ന കാര്യം; പകൽ വെളിച്ചത്തിൽ കത്തിനില്ക്കുന്ന ബൾബുകൾ അപായസൂചകമാണ്. അവ മറ്റുള്ളവരുടെ ശ്രദ്ധയാകർഷിച്ചെന്നു വരും. ഞാനെന്തിനാണ് അത്രയേറെ നേരം ആ വാച്ച്മാന്റെ മുന്നിൽ അനങ്ങാതെ നിന്നുകൊടുത്തത്? മാലകോഫ് ഹോട്ടലിലെ റെജിസ്ട്രേഷൻ കാർഡിൽ സ്വന്തം പേരും റോഡോൺ റോഡിലെ അഡ്രസും കൊടുത്തത് എന്തു വിചിത്ര പ്രേരണ കൊണ്ടായിരുന്നു? അന്നു രാത്രി അതേ അഡ്രസ്സിൽ ഒരു കൊലപാതകം നടന്നെന്ന വസ്തുത കണ്ടെടുക്കപ്പെട്ടില്ലേ? കാർഡു പൂരിപ്പിക്കുമ്പോൾ എനിക്കെന്താ തലയ്ക്കു ഭ്രാന്തു പിടിച്ചിരുന്നോ? അവളുടെ അടിയന്തിര ഫോൺകോൾ വന്നപ്പോൾ ഞാൻ ആ പുസ്തകത്തിൽ മുഴുകിയിരിക്കയായിരുന്നു, സ്വപ്നങ്ങളും അവയെ നിയന്ത്രിക്കുന്ന വിധവും. എല്ലാം ഒരു ദുഃസ്വപ്നമാണെന്നായിരുന്നു എന്റെ ഉറച്ച വിശ്വാസം. എനിക്ക് ഒരാപത്തും വരില്ല. സ്വപ്നത്തിന്റെ ഇനിയുള്ള ഭാഗം എനിക്കിഷ്ടമുള്ള ദിശയിലേക്ക് വഴിതിരിച്ചു വിടാം, അതല്ലെങ്കിൽ ഏതു നിമിഷവും എനിക്ക് സ്വയം ഉണർന്നെണീക്കുകയുമാവാം. ആ പുസ്തകം എന്നെ അത്ര കണ്ട് സ്വാധീനിച്ചെന്നോ?

ഒരു ദിവസം ഉച്ചയ്ക്ക് കൂലാങ്കൂർ റോഡിലെ കയറ്റത്തിലൂടെ വെയിലത്ത് നടക്കുകയായിരുന്നു. മോമാർട്ട് ഭാഗത്ത് ഞങ്ങളിരുവരും

മാത്രമേ നിവാസികളായുള്ളൂ എന്ന പോലെ. അവളെ സമാശ്വസിപ്പി ക്കാനായെന്നോണം ഞാൻ പറഞ്ഞു "നമ്മളിപ്പോൾ മധ്യധരണ്യാഴി തീരത്താണ്. ഉച്ചയുറക്കത്തിന്റെ സമയം." സാൻക്രിസ്റ്റോബാലിൽ ആരും ഉണ്ടായിരുന്നില്ല. ഇരുണ്ട ജനാലയ്ക്കരികിലെ മേശയ്ക്കടുത്ത് ഞങ്ങളിരുന്നു. കഫേയ്ക്കകത്ത് അരണ്ട വെളിച്ചമേയുള്ളൂ, അല്പം കുളിർമ്മയുണ്ട്.

"അതു ഒരു ദുഃസ്വപ്നമായിരുന്നു. വെറുമൊരു ദുഃസ്വപ്നം."

ഞാനിത് ഉറക്കെ പറയുകയാണെന്ന ബോധമേ എനിക്കില്ലായി രുന്നു. കാർപ്പെറ്റിൽ ലൂഡോയുടെ ജഡം, ഞങ്ങൾ കെടുത്താൻ മറന്നു പോയ വിളക്കുകൾ... അവളെന്റെ കൈത്തണ്ടയിൽ കൈവെച്ചു. "അരുത്, അതെപ്പറ്റിയൊന്നും ആലോചിക്കരുത്." അവൾ മന്ത്രിച്ചു. ആ നിമിഷം വരെ ഞാൻ വിചാരിച്ചത് അവളതിനെക്കുറിച്ചു ചിന്തി ക്കാനേ താത്പര്യപ്പെടുന്നില്ല എന്നാണ്. അവളെ പരിഭ്രാന്തയാക്കാ തിരിക്കാനാണ് ഞാൻ ഒളിച്ചും പതുങ്ങിയും ഭയാശങ്കകളോടെ പത്ര ങ്ങൾ അരിച്ചു പെറുക്കിയത്. പക്ഷേ എന്നെപ്പോലെ അവളേയും ഈ വേവലാതികൾ അലട്ടുന്നുണ്ട്. പരസ്പരം അതേപ്പറ്റി തുറന്നു സംസാ രിച്ചില്ലെന്നു മാത്രം. വെറുമൊരു നോട്ടം മതിയായിരുന്നു പരസ്പരം മനസ്സിലാക്കാൻ. ഉദാഹരണത്തിന് അൽസിനാ ഹോട്ടലിലേക്കു ഞങ്ങൾ തിരിച്ചു വന്ന ആ രാത്രി. താഴെ റിസപ്ഷൻ മേശയ്ക്കടുത്ത് പൊലീ സുകാരനുണ്ടാവുമെന്ന് ഞങ്ങൾ ഭയന്നു. ഞങ്ങൾ ലിഫ്റ്റിൽ കയറി. ഇരട്ട ഗ്ലാസ് ഡോറുകളോടുകൂടിയ ഇളംനിറമുള്ള മരപ്പലകകൊണ്ട് തീർത്ത പഴയ കാലത്തെ ലിഫ്റ്റ്, വളരെ പതുക്കെ, ഏതു നിമിഷവും നിന്നുപോയേക്കാമെന്ന ഭീഷണിയോടെയാണ് അതു മുകളിലേക്കു നീങ്ങിയത്. ഞങ്ങളുടെ റൂമിന്റെ വാതിൽക്കലും പൊലീസുകാരൻ കാവൽ നില്പുണ്ടായിരിക്കുമെന്ന് ഞാൻ ഭയന്നു. സാമിഷേൽ ചുറ്റു വട്ടത്തെ ബാറുകളിൽ കേസന്വേഷണത്തിനായി ചെല്ലുന്ന പൊലീ സുകാരായിരിക്കും അവരിരുവരും. എനിക്കവരെ തിരിച്ചറിയാനാകും. കാരണം അവരുടെ സംഭാഷണശകലങ്ങൾ എന്റെ കാതുകളിൽ വീണിട്ടുണ്ട്. അവരെന്നെത്തേടിയാവും വന്നിരിക്കുക, കാരണം അവ ർക്കെന്റെ പേരറിയാം. അവൾക്ക് ഭയപ്പെടാനൊന്നുമില്ല. അതൊക്കെ ലിഫ്റ്റിൽ വെച്ചുതന്നെ അവളോടു പറയണമെന്നെനിക്കുണ്ടായിരുന്നു. പക്ഷേ അതിനകം ഞങ്ങളുടെ നിലയെത്തിയിരുന്നു. ലിഫ്റ്റിന്റെ മുന്നിലോ റൂമിന്റെ വാതിൽക്കലോ ഞങ്ങളേയും കാത്ത് ആരും ഉണ്ടാ യിരുന്നില്ല. അടുത്ത ദിവസമോ വേറെ എപ്പോഴെങ്കിലുമോ വരുമായി രിക്കും. തത്കാലം ഇത്തവണയും ഞാൻ രക്ഷപ്പെട്ടിരിക്കുന്നു, ദുഃസ്വ പ്നത്തെ പുസ്തകത്തിലെ നിർദ്ദേശങ്ങളനുസരിച്ച് സ്വേച്ഛാനുസാരം തിരിച്ചുവിടാൻ എനിക്കു സാധിച്ചിരിക്കുന്നു.

16

സായാഹ്നങ്ങളിൽ ഞങ്ങൾ പതിവായി പോകാറുള്ള മറ്റു രണ്ടു റെസ്റ്റോറന്റുകളുണ്ടായിരുന്നു. ഒന്ന് കോൺസ്റ്റൻസ് റോഡും മെയ്സ്ത്ര് റോഡും കൂട്ടിമുട്ടുന്നിടത്ത്. മറ്റേത് കൂലാങ്കൂർ റോഡിന്റെ അങ്ങേയറ്റത്ത്, പടവുകൾക്കരികിലായി. പകൽസമയത്തെ വിജനതയ്ക്കു വിപരീതമായി സന്ധ്യനേരം മുതൽ രണ്ടിടത്തും വലിയ ആൾത്തിരക്കാവും. ആൾക്കൂട്ടത്തിൽ ഞങ്ങളും അലിഞ്ഞുചേർന്നു, അവരുടെ ശബ്ദകോലാഹലം ഞങ്ങൾക്കു സുരക്ഷയായി ഭവിച്ചു. അർദ്ധരാത്രി വരെ ആളുകൾ വന്നുകൊണ്ടേയിരുന്നു, മേശ, കസേരകൾ നടപ്പാതയിലും സജ്ജീകരിച്ചിരുന്നു. അവിടെ, അവധിയാഘോഷിക്കാനെത്തിയ ആ ആൾക്കൂട്ടത്തിനിടയിൽ ഏറെ വളരെ വൈകുന്നതുവരെ ഞങ്ങളും ഇരുന്നു. ഞങ്ങളും ഒരു തരത്തിൽ അവധി ആഘോഷിക്കുകയായിരുന്നല്ലോ. ഏതാണ്ട് രാത്രി ഒരു മണിയാവുമ്പോൾ, ഹോട്ടൽ അൽസിനയിലേക്കു തിരിച്ചു പോകേണ്ട സമയമാവുമ്പോൾ ഞങ്ങളുടെ കണ്ണുകളിടയും. വിജനമായ ജൂണോ അവെന്യുവിലൂടെ നടന്ന് ഞങ്ങൾ അൽസിനയിലെത്തും, റിസപ്ഷൻ മേശയ്ക്കരികിൽ ആരാവും ഞങ്ങളെ കാത്തു നിൽപുണ്ടാവുക എന്ന ആശങ്കയോടെ. ആ അസമയത്ത് ഞങ്ങൾ ലിഫ്റ്റ് ഉപയോഗിക്കില്ല. മുറിക്കകത്തു കയറിയാലും ആദ്യമൊന്നും ഞങ്ങൾക്ക് സമാധാനം കിട്ടിയിരുന്നില്ല. പുറത്തെ ഇടനാഴിയിലെ കാൽപെരുമാറ്റങ്ങൾ കാതോർത്ത് ഞാൻ കതകിനു പുറകിൽ പതുങ്ങി നിൽക്കും. ചുരുക്കിപ്പറഞ്ഞാൽ രാത്രികളിൽ, റെസ്റ്റോറന്റിലെ ആൾത്തിരക്കിനിടയിലാണ് ഞങ്ങൾക്ക് പരമാവധി സുരക്ഷിതത്വം അനുഭവപ്പെട്ടത്. പകൽ മുഴുവൻ പാംപലോൺ ബീച്ചിൽ ചെലവഴിച്ച വിനോദയാത്രക്കാർക്കിടയിൽ ഞങ്ങളും. ഞങ്ങളെ കാർന്നു തിന്നിരുന്ന വിഷയത്തെപ്പറ്റി സംസാരിക്കാൻ ഏറ്റവും പറ്റിയ സാഹചര്യം. മറ്റുള്ള ശബ്ദങ്ങൾക്കിടയിൽ ഞങ്ങളുടെ ശബ്ദം മുങ്ങിത്താഴും. എന്നിരിക്കിലും കൃത്യമായ പരാമർശങ്ങൾ ഞങ്ങളൊഴിവാക്കി. പരോക്ഷമായ സൂചനകളെ പരസ്പരം നല്കിയുള്ളൂ. ഇനിയഥവാ അടുത്ത മേശയിലുള്ളവർ ഒറ്റുകേട്ടാലും

മനസ്സിലാവരുതല്ലോ. ചില വാക്കുകൾ ഞങ്ങൾ പറഞ്ഞതേയില്ല, മറ്റു ചിലവ പൂർത്തിയാക്കാതെ വിട്ടു. ലൂഡോ എഫിനെപ്പറ്റി കൂടുതൽ വിവരങ്ങൾ അവളിൽ നിന്നു ഗ്രഹിക്കണമെന്ന് എനിക്കുണ്ടായിരുന്നു. കാരണം എന്നോടു പറഞ്ഞതിൽ കൂടുതൽ കാര്യങ്ങൾ അവൾക്കറിയാമെന്ന് എനിക്ക് തീർച്ചയുണ്ടായിരുന്നു. പോന്തിയു റോഡിലെ പെർഫ്യൂം ഷോപ്പിൽ വെച്ചാണ് ലൂഡോയെ കണ്ടുമുട്ടിയതെന്ന അവളുടെ നിലപാടിൽ പൊരുത്തക്കേട് ഉണ്ടായിരുന്നു. പല വിശദാംശങ്ങളും അവൾ ഒഴിവാക്കിയിട്ടുണ്ട് എന്നെനിക്ക് തീർച്ചയായിരുന്നു. അതെപ്പറ്റിയൊക്കെ തുറന്നുപറയാൻ അവൾക്കു സങ്കോചമുണ്ട് എന്നും എനിക്കു മനസ്സിലായി. ഞാൻ വേവലാതി പൂണ്ടത് മറ്റൊരു കാര്യത്തെക്കുറിച്ചായിരുന്നു അവളേയും കൊല്ലപ്പെട്ട വ്യക്തിയേയും ഇണക്കിച്ചേർക്കാൻ പൊലീസുകാർക്ക് കഴിഞ്ഞാലോ എന്നാണ്. അതായത് അവൾക്ക് ലൂഡോയെ അറിയാമായിരുന്നു എന്നതിന് എന്തെങ്കിലും തെളിവുണ്ടോ ഒരു കത്തോ, കുറിപ്പോ? അവളുടെ പേരും നമ്പരും വിലാസവും അയാൾ തന്റെ പോക്കറ്റ് ഡയറിയിൽ കുറിച്ചിട്ടിരിക്കുമോ? പൊലീസ് മറ്റുള്ളവരോട് അവളെക്കുറിച്ചും കൊല്ലപ്പെട്ടവനുമായുമായുള്ള അവളുടെ ബന്ധത്തെക്കുറിച്ചും ചോദിച്ചാൽ അവരൊക്കെ എങ്ങനെയാവും പ്രതികരിക്കുക? എന്റെ ചോദ്യങ്ങളിൽ നിന്നൊക്കെ അവൾ കുതറി മാറി. ഞായറാഴ്ച പാർട്ടിയിലെ ആരുമായും അവൾക്കു അടുത്തു പരിചയമുള്ളതായി തോന്നിയില്ല. ഞാൻ പല പേരുകളും പറഞ്ഞു നോക്കി ആൻഡ്രേ കാർവ്, ഗീലവീണ്യെ, റോജർ ഫവാർടും ഭാര്യയും വിൻസെന്റ് ബെർലെൻ... അന്നൊരിക്കൽ വഴിയോരക്കഫേയിൽ വെച്ച് പത്രത്തിന്റെ മാർജിനിൽ കുറിച്ചിട്ട ആ പേരുകൾ, അവ ഒരിക്കൽകൂടി വിസ്മതിയുടെ അഗാധതയിൽ നിന്ന് പുറത്തേക്കെടുത്തു. അവൾ നിഷേധഭാവത്തിൽ തലയാട്ടി. അവൾക്കെതിരായി മൊഴികൊടുക്കാൻ മാത്രം അവർക്കൊന്നും അവളെപ്പറ്റി അറിയുകയേ ഇല്ലെന്നും അവൾ കൂട്ടിച്ചേർത്തു. എന്റെ നേരെ ചാഞ്ഞ് വളരെ രഹസ്യമായി ചുണ്ടനക്കിയാണ് അവൾ സംസാരിച്ചത്. അതൊരനാവശ്യ മുൻകരുതൽ ആയിരുന്നു. കാരണം അടുത്ത മേശയിലുള്ളവർ അത്യുച്ചത്തിൽ സംസാരിക്കയായിരുന്നു, മാത്രമല്ല എല്ലാ സായാഹ്നങ്ങളിലും കൂലാങ്കൂട്ടിലെ ആ റെസ്റ്റോറന്റിൽ പതിവായി പാടാറുണ്ടായിരുന്ന ഗിറ്റാറിസ്റ്റിന്റെ ഗാനം അതിലുപരി അലയടിച്ചുയർന്നിരുന്നു.

"ആ ഹോട്ടൽ റജിസ്റ്ററിൽ നീ നിന്റെ യഥാർത്ഥ പേര് എഴുതാൻ പാടില്ലായിരുന്നു."

ആ മുഹൂർത്തത്തിലെ എന്റെ മനോനില ഓർമ്മിച്ചെടുക്കാൻ ശ്രമിക്കയാണ് ഞാൻ. സംഭവം നടന്നതിന്റെ പിറ്റേന്ന് സാമിഷേൽ

ബുളേവാഡിലെ ബാറിലിരിക്കവെ, അതിതീവ്രമായ പരിഭ്രാന്തി എന്നെ ഗ്രസിച്ചത് എനിക്കോർമ്മയുണ്ട്. പക്ഷേ അത് അധികനേരം നീണ്ടുനിന്നില്ല. അഗാധതയിൽനിന്ന് മുകൾപ്പരപ്പിലേക്ക് ഞാൻ പൊന്തി വന്നതും ഓർമ്മയുണ്ട്. ഞാൻ എന്നെത്തന്നെ വിശ്വസിപ്പിച്ചു ഇത് എനിക്ക് ഒരു പുതിയ ജീവിതത്തിന്റെ തുടക്കമാണ്. ഞാനിന്നേ വരെ ജീവിച്ചത് കെട്ടുപിണഞ്ഞ നൂലാമാല പോലുള്ള ഒരു ദുഃസ്വപ്ന ത്തിലായിരുന്നു, ഞാനതിൽ നിന്ന് ഉണർന്നിരിക്കുന്നു. മുന്നിൽ തുറന്നു കിടക്കുന്ന ഭാവി എന്ന ശൈലിയുടെ അർത്ഥം എന്തെന്ന് എനിക്കു ബോധ്യമായി. അതെ ഞാനെന്നെത്തന്നെ പറഞ്ഞു വിശ്വസിപ്പിച്ചു ഭാവിയെച്ചൊല്ലി എനിക്ക് പേടിക്കാനേയില്ല, കാരണം വാക്സിൻ കുത്തിവെച്ചാലെന്നപോലെ എനിക്ക് പ്രതിരോധ ശക്തി യുണ്ട്, ഡിപ്ലോമാറ്റിക് പാസ്പോർട്ട് കൈവശമുള്ളവരെപ്പോലെ സു രക്ഷയുമുണ്ട്.

"ഇല്ല, ഇനിയെനിക്ക് ആപത്തൊന്നും വരില്ല. ഇനിയൊരിക്കലും." ഞാനവളോടു പറഞ്ഞു. ഞാൻ ഒരു പാട് തറപ്പിച്ചാവണം പറഞ്ഞത്, കാരണം അടുത്ത മേശയിലിരുന്ന അതിഥി തിരിഞ്ഞു, എന്റെ നേരെ നോക്കി. ഞങ്ങളുടെ കണ്ണുകളിടഞ്ഞു. ഒരു നാല്പതുകാരൻ സാമി ഷേൽ ബാറുകളിൽ ഞാൻ കാണാനിടയായ പൊലീസുകാരിൽ ഒരാളാവാനും മതി. നോട്ടം മാറ്റാതെ ഞാനും അയാളെ നോക്കി പുഞ്ചിരിച്ചു.

17

ഒരു ദിവസം ഉച്ചതിരിഞ്ഞ് അവൾ പറഞ്ഞു സാമൂറിലെ അവളുടെ പഴയ സ്ഥലത്തു ചെന്ന് ചില സാധനങ്ങൾ കൊണ്ടു വരേണ്ടതു ണ്ടെന്ന്. ആ വേനൽക്കാലത്ത് ആ ഒരു ദിവസം മാത്രമാണ് മോമാർട്ട് ചുറ്റുവട്ടം വിട്ട് ഞങ്ങൾ പുറത്തിറങ്ങിയത്. ബസ്റ്റീൽ സ്റ്റേഷനിലെ പ്ലാറ്റ്ഫോമിൽ ഞങ്ങൾ ട്രെയിൻ കാത്തു നിന്നു.

"അവിടെ പോകുന്നതുകൊണ്ട് കുഴപ്പമൊന്നും ഉണ്ടാവില്ലല്ലോ. എന്തു തോന്നുന്നു? ഒരു വേള ഇതിനകം പൊലീസ് എന്റെ അഡ്രസ് തേടിപ്പിടിച്ചിരിക്കുമെങ്കിലോ?"

ആ സമയത്ത് എന്റെ മനസ്സിൽ വലിയ പരിഭ്രാന്തിയൊന്നും ഇല്ലാ യിരുന്നു.

"നിന്നെ തിരിച്ചറിഞ്ഞിട്ടില്ലല്ലോ. ഒരു അജ്ഞാത വ്യക്തിയുടെ മേൽ വിലാസം ആർക്ക് എങ്ങനെ കണ്ടുപിടിക്കാനാകും?"

അവൾ തലയാട്ടി. ഞാനപ്പറഞ്ഞത് അഭേദ്യമായ വസ്തുതയാ ണെന്ന മട്ടിൽ. അജ്ഞാതവ്യക്തി എന്ന പദം അവൾ പല തവണ ഉരുവിട്ടു. തനിക്ക് ആപത്തൊന്നും വരില്ലെന്നും താൻ അജ്ഞാത വ്യക്തിയായിത്തന്നെ തുടരുമെന്നും സ്വയം പറഞ്ഞു വിശ്വസി പ്പിക്കുംപോലെ.

കംപാർട്ട്മെന്റിൽ ഞങ്ങൾ മാത്രം. പ്രവൃത്തി ദിവസമായിരുന്നു, മാത്രമല്ല ഓഫീസ് സമയവുമല്ല. വേനൽക്കാലത്തെ തിരക്കൊഴിഞ്ഞ ഉച്ചനേരം. ആദ്യമായി മാർട്ടിൻ ഹെവാഡിന്റെ വീട്ടിൽവെച്ച് കണ്ടു പരിചയപ്പെട്ട അന്ന് രാത്രി രണ്ടു മണിക്ക് ആല്മാ കവലയിലൂടെ ഞങ്ങൾ നടന്നത് ഓർമ്മ വന്നു. അവിടന്ന് അവൾ ടാക്സി പിടിച്ച് സാമീറിലെ സ്വന്തം താമസസ്ഥലത്തേക്കു പോയി. പോകുന്നതിനു മുമ്പ് പിറ്റേന്നു തമ്മിൽകാണാമെന്നു പറഞ്ഞുറപ്പിച്ച് ഒരു തുണ്ടു കടലാസിൽ അഡ്രസ്സും എഴുതിത്തന്നു. 35, നോർത് അവന്യൂ. പിറ്റേന്ന് ഞാൻ ഏതാണ്ട് ഇതേ സമയത്ത് ഇതേ റൂട്ടിൽ അവളെ കാണാൻ ചെന്നു ബസ്റ്റീൽ, സാമാൻഡ്, വിൻസെൻസ് ഗാർഡൻ, നോജെൻസുർമാർണ്, സാമൂർ.

നോർത്ത് അവെന്യുവിലൂടെ ഞങ്ങൾ നടന്നു. ഇരുവശവും വലിയ മരങ്ങൾ. അവയുടെ ചില്ലകൾ തലക്കുമീതെ കമാനം തീർത്തിരിക്കുന്നു. വിജനമായ പാത, മോമാർട്ടിലേതു പോലെത്തന്നെ. നടപ്പാതയിലും റോഡിലും വെളിച്ചക്കീറുകളും നിഴലുകളും. രണ്ടാഴ്ച മുമ്പ് ഇവിടേക്ക് ആദ്യമായി വന്ന വേളയിൽ അവൾ വീടിനു മുന്നിൽ എന്നെ കാത്തു നിൽക്കുന്നുണ്ടായിരുന്നു. അന്ന് ഞങ്ങളിരുവരും മാർണ് നദി തീരത്തെ പെറ്റിറിറ്റ്സ് ഹോട്ടൽ വരെ നടന്നു.

എന്റെ നേരെ അങ്കലാപ്പോടെ നോക്കി, അല്പം മടിച്ചാണ് അവൾ ഇത്തവണ ഗേറ്റു തുറന്നത്. മുമ്പ് അൽസിനാ ഹോട്ടലിൽ പ്രവേശിച്ചപ്പോൾ എനിക്കു തോന്നിയ അതേ ഭീതി. വീടിനു മുന്നിൽ തീരെ അവഗണിക്കപ്പെട്ട പുൽത്തകിടി. വീട്ടിന്റെ വാതിലു വരെ ചാഞ്ഞിറങ്ങുന്ന നടപ്പാതയിലേക്ക് പുല്ലു വളർന്നു പടർന്നിരിക്കുന്നു. പുൽത്തകിടി ഒരു താഴ്‌വരപോലെ തോന്നിച്ചു. കുന്നിൻ ചെരുവിൽ കെട്ടിപ്പൊക്കിയ വീട്. അതുകൊണ്ടാവാം താഴത്തെ നിലയും മുകളിലത്തെ നിലയും ഏതെന്ന് മനസ്സിലാക്കാൻ പ്രയാസം. കുന്നിൻചെരിവിൽ നിന്ന് ഏതു നിമിഷവും വീട് വഴുതിവീണേക്കുമെന്ന പ്രതീതി. സ്വകാര്യ കോട്ടേജാണോ അതോ സാധാരണ തരം ഇരുനിലക്കെട്ടിടമാണോ അതോ രണ്ടും കൂടിയതാണോ എന്നു പറയാനാവാത്ത സ്ഥിതി.

എന്നോട് താഴെ കാത്തിരിക്കാൻ പറഞ്ഞ് സാധനങ്ങളെടുക്കാൻ അവൾ മുകളിലേക്ക് കയറിപ്പോയി. വലിയൊരു മുറി, ഒരു സോഫ യല്ലാതെ മറ്റു മരസ്സാമാനങ്ങളൊന്നുമില്ല. ജനാലകൾ രണ്ടെണ്ണമുണ്ട്. ഓരോന്നും ഓരോ വശത്തേക്ക്. ഒന്നിലൂടെ നോക്കിയാൽ ചരിഞ്ഞു യർന്ന പുൽത്തകിടി ചക്രവാളത്തെ മറയ്ക്കുന്നു, മറ്റേതിലൂടെ നോക്കിയാൽ ചെരിവിന്റെ താഴെയായി തരിശു ഭൂമി. ചെറുതായൊന്നിളകിയാൽ മതി വീട് നിലം പതിക്കും. ചുറ്റും കനത്ത നിശ്ശബ്ദത. പതിനഞ്ചു മിനിട്ടു കഴിഞ്ഞു കാണും, എനിക്ക് ആശങ്ക തോന്നിത്തുടങ്ങി. അവൾ പുറം വാതിൽ വഴി സ്ഥലം വിട്ടു കാണും. ഞാനും എത്രയോ തവണ പയറ്റിയ അടവല്ലേ "ദാ ഇവിടിരിക്കൂ, ഉടൻ തിരിച്ചു വരാം."

അവൾ പോയിരിക്കുമെന്ന് എനിക്ക് ഏതാണ്ട് ഉറപ്പായി, മുകളിൽ ചെന്നൊന്നു നോക്കിയാലോ. ആ നിമിഷം അവൾ തിരിച്ചെത്തി. കൈയിൽ വലിയൊരു കറുത്ത തോൽ സൂട്ട്കേസ്. അവളെന്നോടൊപ്പം സോഫയിലിരുന്നു. പൊടുന്നനെ എന്റെ മനസ്സിൽ വീണ്ടും ആ ചിത്രം. റോഡോൻ അവെന്യുവിലെ അപ്പാർട്ട്മെന്റിൽ ലൂഡോ എഫിന്റെ ജഡം.

സൂട്ട്കേസ് ഞാൻ ഏറ്റുവാങ്ങി. എന്തൊരു ഭാരം. നോർത്ത് അവെന്യുവിലൂടെ ഞങ്ങൾ നടന്നു. വീട് വിട്ടതിൽ അവൾക്ക് ഏറെ ആശ്വാസം തോന്നുന്നുണ്ട്. എനിക്കും. ചില സ്ഥലങ്ങൾ അങ്ങനെയാണ്. ആദ്യം എല്ലാം സ്വാഭാവികമെന്നു തോന്നും, പിന്നെ നിമിഷങ്ങൾക്കകം

അവിടമാകെ ദുഷ്പ്രസരം കൊണ്ടു നിറയും. ഇതെന്റെ വ്യക്തിപര മായ അനുഭവമാണ്. ഒരു സ്ഥലത്തിന്റെ ചേതനയെ തൊട്ടറിയാൻ എനിക്കാകും. ഒരുതരം ഉൾവിളിയാണത്. ജനവീവിന്റെ സഹോദര നേയും അയാളുടെ സുഹൃത്തിനേയും കണ്ടുമുട്ടിയ ആ കഫേയിൽ വെച്ച് എനിക്ക് ആ ദുഷ്പ്രസരം അനുഭവപ്പെട്ടിരുന്നു. പിന്നീട് ഈ ഉൾവിളിയെപ്പറ്റി കൂടുതലറിയാൻ ഞാൻ ശ്രമിച്ചു. എവിടെയൊക്കെ വെച്ചാണ് ഉടൻ സ്ഥലം വിട്ടോളൂ എന്ന ഉൾവിളി എനിക്കുണ്ടായത് എന്ന് ഞാൻ ഓർത്തെടുത്ത്, അവയുടെ പട്ടിക തയ്യാറാക്കി, കൃത്യ മായ അഡ്രസ് കണ്ടെത്തി. പിന്നീടുള്ള വർഷങ്ങളിൽ ഞാൻ നടത്തിയ അന്വേഷണത്തിൽ നിന്ന് എന്റെ ഉൾവിളി എന്തു മാത്രം ശരിയായിരു ന്നുവെന്ന് എനിക്കു ബോധ്യപ്പെട്ടു. ഇരുപതോ മുപ്പതോ വർഷങ്ങൾക്കു ശേഷമായിരുന്നെങ്കിലും ആ സ്ഥലങ്ങളിലെ ദുഷ്പ്രസരത്തിന്റെ കാരണം ഞാൻ കണ്ടെത്തുകതന്നെ ചെയ്തു. യാദൃച്ഛികമായ പരാ മർശങ്ങളിലൂടെ, സംഭവങ്ങളിലൂടെ, പത്രവാർത്തകളിലൂടെ. ചിലപ്പോൾ കഫേകളിലിരിക്കെ കാതിൽ വീണ സംഭാഷണശകലങ്ങളിൽ നിന്ന്.

നോർത്ത് അവെന്യുവിലൂടെ നടക്കവെ ഞാൻ പല തവണ സ്യൂട്ട് കേസ് താഴെ നടപ്പാതയിൽ ഇറക്കിവെച്ചു. വല്ലാത്തൊരു ഭാരം തന്നെ. അവസാനം എനിക്കവളോട് ചോദിക്കാതിരിക്കാനായില്ല ഇതിനക ത്തെന്താ, ലൂഡോ എഫിന്റെ ശവമോ? അവൾ നിർവികാരയായി എന്നെ നോക്കി നിന്നതേയുള്ളു ഫലിതം അവൾക്കു രസിച്ചതായി തോന്നിയില്ല. ശരിക്കും അതു ഫലിതമായിരുന്നോ? പലപ്പോഴും സ്വപ്ന ത്തിലും പിന്നെ ഇപ്പോൾ ഇതാ ഇതെഴുതിക്കൊണ്ടിരിക്കേയും എന്റെ വലതു കൈയിൽ ആ സ്യൂട്ട് കേസിന്റെ ഭാരം എനിക്കനുഭവപ്പെടും. ഉണങ്ങിക്കരിഞ്ഞ മുറിവ് മഴക്കാലത്തും തണുപ്പു കാലത്തും വീണ്ടും നീറുന്ന പോലെ. മറക്കാനാവാത്ത ഒരു പഴയ ഖേദം? അതെന്നെ വിടാതെ പിന്തുടരുകയാണോ അതിന്റെ മൂലകാരണം മനസ്സിലാക്കാൻ എനിക്കാകുന്നില്ലല്ലോ. ഒരിക്കൽ എനിക്കു തോന്നി ഇതൊരു മുജ്ജന്മ ഖേദമാണെന്ന്, അത് എന്നിലേക്ക് എങ്ങനെയോ പടർന്നു പിടിച്ചിരി ക്കയാണ്. ആ തോന്നൽ ക്ഷണികമായിരുന്നു, ഇരുട്ടിൽ കത്തി ത്തീരാറായ തീപ്പെട്ടിക്കൊള്ളിയുടെ അവസാനത്തെ പ്രകാശകണിക പോലെ.

വരേൻ സ്റ്റേഷനിലേക്ക് പിന്നേയും ഏറെ നടക്കേണ്ടിയിരുന്നു. അവളെ ആദ്യമായി കാണാനെത്തിയ ദിവസം ഇറങ്ങിയ അതേ സ്റ്റേഷൻ. അന്നു രാത്രിയും രണ്ടാഴ്ച മുമ്പത്തെപ്പോലെ പെറ്റി റിറ്റ് സിൽ കഴിച്ചുകൂട്ടാമെന്ന് ഞാൻ പറഞ്ഞു. പക്ഷേ അവളെന്നെ ഓർമ്മി പ്പിച്ചു അന്ന് പെറ്റി റിറ്റ്സിൽ ഞാൻ സ്വന്തം പേരാണെഴുതിയെന്ന്, ഹോട്ടൽ മലകോഫിലും തഥൈവ. മാത്രമല്ല, പെറ്റി റിറ്റ്സിലുള്ളവർക്ക് അവളെ മുഖപരിചയമുണ്ട്. തത്കാലം മറഞ്ഞു കിടക്കുന്നതാണ് നല്ലത്.

18

സാമോറിലെ ആ വേനൽക്കാല മധ്യാഹ്നത്തെക്കുറിച്ചുള്ള മങ്ങിയതും വിദൂരസ്ഥവുമായ ഓർമ്മയാണോ നാല്പത്തിയാറു വർഷങ്ങൾക്കുശേഷം, 2011 ഡിസമ്പർ 26ന് എന്റെ നോട്ടു ബുക്കിൽ ഞാനിപ്രകാരം എഴുതിയിടാൻ പ്രേരകമായതാവോ?

സ്വപ്നം. ഒരു പോലീസുദ്യോഗസ്ഥനു മുന്നിൽ ഞാൻ. അയാളെനിക്കു നേരെ മഞ്ഞക്കടലാസിലുള്ള ഒരു സമൻസ് നീട്ടുന്നു. ആദ്യത്തെ വാചകം ഒരു കുറ്റകൃത്യത്തെ പറ്റിയാണ്, അതിനു ഞാൻ സാക്ഷി പറയണം. എനിക്കാ പേജുകൾ വായിക്കണമെന്നേയില്ല. ഞാനതു മനഃപൂർവം മാറ്റിവെക്കുന്നു. പിന്നീടെപ്പോഴോ ആണ് ഞാനറിയുന്നത് സാമോറിലെ ഒരു പെൺകുട്ടി, മാരലോവാ (?) എന്നയിടത്തു വെച്ച് തന്നേക്കാൾ ഏറെ പ്രായമുള്ള ഒരു വ്യക്തിയെ കൊലപ്പെടുത്തിയെന്ന്. എന്തിനാണ് ഞാൻ സാക്ഷി പറയേണ്ടതെന്ന് എനിക്കൊരു രൂപവുമില്ല.

അടുത്തത് തുടർച്ചയായി ഞാൻ കാണാറുള്ള മറ്റൊരു സ്വപ്നമാണ്. ആരൊക്കേയോ അറസ്റ്റു ചെയ്യപ്പെട്ടിരിക്കുന്നു. എന്നെ ആർക്കും തിരിച്ചറിയാനായിട്ടില്ല. പ്രതികളുമായി എനിക്ക് ബന്ധമുണ്ടെന്നു തെളിഞ്ഞാൽ ഞാനും അറസ്റ്റു ചെയ്യപ്പെടുമെന്ന ഭീഷണി എന്നെ പൊതിഞ്ഞിരിക്കുന്നു. പക്ഷേ എന്തു കുറ്റത്തിന്? കുറ്റം എന്താണെന്ന് വ്യക്തമേയല്ല.

19

കഴിഞ്ഞ വർഷം പഴയ സാമാനങ്ങൾക്കിടയിൽ നിന്ന് എനിക്കൊരു വലിയ കവർ ലഭിച്ചു. കാലാവധി തീർന്ന പഴയ പാസ്പോർട്ടുകളുടേയും സ്കൂൾ റിപ്പോർട്ടു കാർഡുകളുടേയും കൂട്ടത്തിൽ ഏതാനും നനുനനുത്ത താളുകൾ. ടൈപ്പ് ചെയ്തവ.

തുരുമ്പിച്ച പേപ്പർ ക്ലിപ്പുകൊണ്ട് ഒരുമിച്ചു ചേർത്ത ആ നനുത്ത താളുകൾ തുറന്നു നോക്കി വായിക്കാൻ ഞാൻ ആദ്യമൊന്നു മടിച്ചു. അതുടനെ വലിച്ചെറിയാനാണ് തോന്നിയത്. പക്ഷേ അത് അസാധ്യമാണന്ന് അടുത്ത ക്ഷണം എനിക്കു ബോധ്യമായി. റേഡിയോ ആക്റ്റീവ് വേസ്റ്റ് എത്ര ആഴത്തിൽ കുഴിച്ചുമൂടിയിട്ടും കാര്യമില്ലല്ലോ.

ആ കടലാസുകളെ എന്നന്നേക്കുമായി നിർജ്ജീവമാക്കാൻ ഒരൊറ്റ വഴിയേ ഉണ്ടായിരുന്നുള്ളൂ. അതിലെ ഉള്ളടക്കം പകർത്തിയെടുത്ത് ഏതെങ്കിലും നോവലിൽ ഉൾക്കൊള്ളിക്കുക. മുപ്പതു കൊല്ലം മുൻപ് ചെയ്തതുപോലെ. അങ്ങനെയാവുമ്പോൾ അതു സങ്കല്പമോ യാഥാർത്ഥ്യമോ എന്ന് ആർക്കും മനസ്സിലാവില്ല. ഇന്ന് 2017, മാർച്ച് പത്താം തിയ്യതി ആ ഇളംപച്ച കവർ ഞാൻ വീണ്ടും കൈയിലെടുത്ത് തുറന്നിരിക്കുന്നു. നനുത്ത ഉള്ളിത്തൊലി പോലുള്ള താളുകൾ പുറത്തെടുത്ത് തുരുമ്പിച്ച പേപ്പർ ക്ലിപ് അഴിച്ചെടുത്തു. ആദ്യത്തെ താളിൽ ഇരുമ്പുകറ. ഒരടയാളവും ബാക്കി വെക്കാതെ ഈ താളുകൾ മുഴുവനും കീറിയെറിഞ്ഞ് അവയുമായുള്ള സകല ബന്ധങ്ങളും അറുത്തു മാറ്റുംമുമ്പ് അതിലെ ചില വാചകങ്ങൾ എഴുതിച്ചേർക്കട്ടെ.

ആദ്യത്തെ പേജിൽ

ജൂൺ 29, 1965ക്രിമിനൽ ഇൻവെസ്റ്റിഗേഷൻ ഡിവിഷൻ കുറിപ്പ്

ഉപയോഗിക്കപ്പെട്ട മൂന്നു വെടിയുണ്ടകളുടേതെന്ന് കരുതപ്പെടുന്ന മൂന്നു പുറന്തോടുകൾ കണ്ടെത്തി.

ലൂഡോവിക് എഫിന്റെ കൊലപാതക കാരണങ്ങളെക്കുറിച്ച്.

രണ്ടാമത്തെ താളിൽ

ജൂലൈ 5, 1965ക്രിമിനൽ ഇൻവെസ്റ്റിഗേഷൻ ഡിവിഷൻ കുറിപ്പ്.

കഴിഞ്ഞ ഇരുപതു വർഷങ്ങളായി ലൂഡോവിക് എഫ് എന്ന പേരിലാണ് ഈ വ്യക്തി അറിയപ്പെട്ടിരുന്നത്. ശരിക്കുള്ള പേര് അക്സെൽ ബി, അതായത് അക്സെൽ ബോവെൽസ്. ജനനം ഫെബ്രുവരി 26, 1916, ഫ്രഡറിക്സ്ബർഗ്, ഡെൻമാർക്. ഏതെങ്കിലും തൊഴിലിൽ വൈദഗ്ദ്യം നേടിയതായി അറിവില്ല. 1949 ഏപ്രിൽ മുതൽ ഒളിവിലാണ്. അവസാനത്തെ മേൽവിലാസം പാരിസിലെ പതിനാറാം വാർഡിൽ 48, ബെല്ഫോയ് റോഡ്.

നാലാമത്തെ താളിൽ

ജൂലൈ 5, 1965 ക്രിമിനൽ ഇൻവെസ്റ്റിഗേഷൻ ഡിവിഷൻ കുറിപ്പ്.

ഷോൺ ഡി.

ജനനം ജൂലൈ 1945, ബുളോണ്യെ ബിയാൻകൂർ. (സെയ്ൻ) ഈ പേരിൽ രണ്ട് ഹോട്ടൽ റജിസ്ട്രേഷൻ കാർഡുകൾ കണ്ടെത്തി.

ജൂൺ 7, 1965 പെറ്റി റിറ്റ്സ്, വാർണെസാതാറെ ചുറ്റുവട്ടത്ത്

ജൂൺ 28, 1965 ഹോട്ടൽ മാലകോഫ്, 3, റെമോപോൺകാരെ അവെന്യൂ, വാർഡ്16, പാരിസ്. ഇതിൽ വീട്ടഡ്രസ് 2, റോഡോൺ അവെന്യൂ എന്നാണ് രേഖപ്പെടുത്തിയിട്ടുള്ളത്. (വാർഡ്16, പാരിസ്)

റിറ്റ്സിലും മാലകോഫിലും കൂടെ ഇരുപതുകാരിയായ ഒരു യുവതിയും ഉണ്ടായിരുന്നു. ശരാശരി ഉയരം, തവിട്ടു മുടി, നീല കണ്ണുകൾ, നമ്പർ 2, റോഡോൺ അവെന്യുവിലെ വാച്ച്മാൻ നൽകിയ വിവരങ്ങളുമായി സാദൃശ്യമുണ്ട്.

യുവതി ആരെന്ന് ഇതുവരെ കണ്ടെത്താനായിട്ടില്ല.

20

അവളാരെന്ന് ആർക്കും കണ്ടെത്താനായില്ലെങ്കിലും ഇരുപതു വർഷ ങ്ങൾക്കുശേഷം ഞാനവളെ തേടിക്കണ്ടുപിടിക്കുകതന്നെ ചെയ്തു. ആ വർഷത്തെ പാരീസ് ഫോൺബുക്കിൽ അവളുടെ പേര് ഉണ്ടായി രുന്നു. അസാധാരണമായ ആ പേര് അവളുടേതാകാനെ വഴിയുണ്ടാ യിരുന്നുള്ളൂ. അഡ്രസ് 76, സെറൂറിയെ ബുളേവാഡ്, ഫോൺ- 208 7668.

ഓഗസ്റ്റു മാസം. ഫോൺ ചെയ്തിട്ട് ഫലമൊന്നും ഉണ്ടായില്ല. ഉച്ച നേരത്ത് പലതവണ ആ കെട്ടിടത്തിനു മുന്നിൽ ഞാൻ നിലകൊണ്ടു. കെട്ടിടത്തിനു പുറകിലായി ഷോപോറൂഷ് ഉദ്യാനം പരന്നു കിടക്കു ന്നതു കാണാം. പത്തൊമ്പതാം വാർഡിലെ ആ ചുറ്റുവട്ടം എനിക്ക് പരിചയമുള്ളതായിരുന്നില്ല. നിഗൂഢവും അപരിചിതവും വിദൂരസ്ഥ വുമായ ചുറ്റുവട്ടങ്ങളിൽ കൂടിക്കാഴ്ചകളൊരുക്കിയും ഇന്ന അഡ്ര സ്സിൽ വരൂ എന്നു പറഞ്ഞ് പ്രലോഭിപ്പിച്ചും മറ്റുള്ളവരാണ് ആ ഇട ങ്ങൾ നമുക്ക് പരിചയപ്പെടുത്തിത്തരുന്നത്. പക്ഷേ അവിടങ്ങളിലേക്ക് നമ്മെ വലിച്ചിഴച്ചശേഷം അവർ അദൃശ്യരായിത്തീരും. പിന്നെ അവരെ ത്തേടി നമ്മൾ പുറകെ അലയും. ഉച്ചതിരിഞ്ഞ നേരം സെറൂറിയെ ബുളേവാഡ് നിശ്ശബ്ദവും നിശ്ചലവും. സമയം നിലച്ചതുപോലെ. വെയിൽക്കീറുകൾ, നിശ്ശബ്ദത, പാർക്കിലെ പച്ചക്കുട ചൂടിയ മരങ്ങൾ, കാവിനിറത്തിലുള്ള കെട്ടിടങ്ങൾ... ഈ ചിത്രം എന്റെ ഓർമ്മകളിലെ മറ്റൊരു ചിത്രത്തിൽ നിന്ന് ഏറെ വ്യത്യസ്തം. ഇതേ വാർഡിൽ വില്ലെ തടാകത്തിന്റെയോ ഓർക്ക് നദിയുടേയോ കരയിലെ മറ്റൊരു അപ്പാർ ട്ട്മെന്റ്. അത് മാഡം ഹൂബെർസെന്നിന്റെ വീടായിരുന്നു.

പക്ഷേ എന്നെ സംബന്ധിച്ചേടത്തോളം ഒന്നിനും ഒരു മാറ്റവുമില്ല. 1985ലെ ആ വേനൽക്കാലത്ത് സെറൂറിയെ ബുളേവാഡിലെ എഴുപ ത്തിയാറാം നമ്പർ കെട്ടിടത്തിനു മുന്നിൽ ഞാൻ കാത്തു നിന്നു. ഇരു പത്തിയഞ്ചു വർഷങ്ങൾക്കു മുമ്പ് ഒരു ശൈത്യകാലത്ത് സ്റ്റിയോപ്പ യുടെ മകളേയും കാത്ത് മറ്റൊരു വഴിയോരത്ത് നിന്നിരുന്ന പോലെ ത്തന്നെ. എന്താണിതിന്റെയൊക്കെ അർത്ഥം എന്ന് ആരെങ്കിലും

എന്നോടു ചോദിച്ചിരുന്നെങ്കിൽ ഞാൻ പറഞ്ഞിരുന്നേനേ 'പാരീസ് നഗരത്തിന്റെ ദുരൂഹതകളുടെ കുരുക്കുകളഴിക്കാൻ ശ്രമിക്കയാണ് ഞാൻ' എന്ന്

അങ്ങനെ ഓഗസ്റ്റ് മാസാവസാവസാനത്തിൽ ഒരു ഉച്ചനേരം. ദൂരെ സെറുറിയെ ബുളേവാഡിന്റെ അങ്ങേത്തലയ്ക്കൽ അവളുടെ രൂപം ഞാൻ തിരിച്ചറിഞ്ഞു. ക്ഷമയോടെ കാത്തിരുന്ന കാഴ്ചയാണ്. അതു കൊണ്ടാവണം എനിക്കൊട്ടും അദ്ഭുതം തോന്നിയില്ല. ഞങ്ങളിരുവരും ആദ്യമായി കണ്ടുമുട്ടിയ സമയത്ത് ഞാൻ വായിച്ചിരുന്ന പുസ്തകങ്ങൾ എനിക്കോർമ്മ വന്നു. എറ്റേണിറ്റി ബൈ ദി സ്റ്റാഴ്സ്, എറ്റേണൽ റിട്ടേൺ ഓഫ് ദി സെയിം. നിരന്തരമായ പുനരാവർത്തനം... അവൾ ഇറക്കമിറങ്ങി വരികയായിരുന്നു. കൈയിൽ ഒരു പെട്ടിയുണ്ട്. അന്ന് വാരെൻ സ്റ്റേഷനിലേക്കു നടക്കുമ്പോൾ ഉണ്ടായിരുന്ന പോലത്തെ കറുത്ത തുകൽപ്പെട്ടിയല്ല. ഇത്തവണ തകരപ്പെട്ടിയാണ്. വെയിൽ നാളങ്ങൾ അതിൽത്തട്ടി പ്രതിഫലിക്കുന്നു. സെറൂറിയെ ബുളേവാഡിന്റെ പകുതിവെച്ച് ഞാനും അവളോടൊപ്പം ചേർന്നു.

ഞാനവളുടെ പെട്ടി ഏറ്റുവാങ്ങി. ഞങ്ങൾ പരസ്പരം ഒന്നും സംസാരിച്ചില്ല. പണ്ടൊരിക്കൽ ഞങ്ങളിരുവരും സാമോറിൽ നോർത് അവെന്യുവിലെ മുപ്പത്തിയഞ്ചാം വീട്ടിൽ നിന്ന് ഇറങ്ങിയതോർമ്മ വന്നു. അവിടന്ന് സെറൂറിയെ ബുളേവാഡിലെ എഴുപത്താറാം നമ്പർ കെട്ടിടത്തിലേക്കുള്ള പതിമൂന്നു കിലോമീറ്റർ താണ്ടിക്കടക്കാൻ ഞങ്ങൾക്ക് ഇരുപതു വർഷം വേണ്ടി വന്നെന്നോ. ഈ പെട്ടിക്ക് അന്നത്തെ സ്യൂട്ട്കേസു പോലെ കനമേയില്ല. ഇതു കാലിയാണോ എന്നു പോലും എനിക്കു തോന്നിപ്പോയി. വർഷങ്ങൾ കൊഴിഞ്ഞു വീഴുമ്പോൾ ഇത്രയും നാൾ ചുമന്നുകൊണ്ടിരുന്ന അനാവശ്യഭാരങ്ങളും ഖേദങ്ങളുമൊക്കെ നമ്മളും കുടഞ്ഞു കളയാറില്ലേ?

അവളുടെ നെറ്റിയിൽ ഒരു മുറിപ്പാട്. കാർ അപകടത്തിൽ സംഭവിച്ചതാണെന്ന് അവൾ പറഞ്ഞു. സ്മൃതിഭ്രംശം സംഭവിച്ച ഒരു കാറപകടം. എന്നിട്ടും എന്നെ അവൾക്ക് തിരിച്ചറിയാനായല്ലോ. പക്ഷേ അറുപത്തഞ്ചിലെ വേനൽക്കാലത്തു നടന്ന സംഭവങ്ങൾ അവൾക്ക് തീരെ ഓർമ്മയില്ലെന്നു തോന്നുന്നു.

തെക്കൻ ഫ്രാൻസിൽ നിന്ന് തിരിച്ചെത്തിയതേയുള്ളത്രെ. വീടുവരെ തന്നോടൊപ്പം നടക്കാൻ അവളാവശ്യപ്പെട്ടു. ഉച്ചനേരം, വിജനമായ ബുളേവാഡ്. പണ്ടെപ്പഴോ ഇതുപോലൊരു വേനൽക്കാലത്ത് ഇതുപോലൊരു ഉച്ചനേരത്ത്, മോമാർട്ടിലെ ഇതുപോലൊരു വിജനമായ പാതയിലൂടെ ഞങ്ങൾ നടന്നത്

എന്നെ സംബന്ധിച്ചേടത്തോളം രണ്ടു വേനൽക്കാലങ്ങളും പരസ്പരം ഇഴുകിച്ചേർന്നിരിക്കുന്നു.

21

ടെംപോ ഡി റോമാ നോവലാണ്, റോമൻ നാളുകൾ. അറുപതു കളുടെ അവസാനത്തിലെപ്പോഴോ ഞാൻ വായിച്ച പുസ്തകം. അതിന്റെ താളുകൾക്കിടയിൽ നിന്നു കണ്ടുകിട്ടിയതാണ് ഒരു കടലാസു തുണ്ട്. സാ ഓഡെറ്റ് ബുധനാഴ്ച, ഏപ്രിൽ 20 എന്നു അച്ചടിച്ചി ട്ടുണ്ട്, വർഷം ഏതെന്ന് സൂചിപ്പിച്ചിട്ടില്ല. ഏതോ ഡസ്ക് കാലൻഡ റിൽ നിന്നു കീറിയെടുത്തതാണെന്നു വ്യക്തം. ഒരു വേള ഈ തുണ്ടുകടലാസ് പേജടയാളം വെക്കാനായി ഞാൻ ഉപയോഗിച്ച താവണം. അതല്ലെങ്കിൽ ജെട്ടിയിലെ പഴയപുസ്തകക്കടയിൽ നിന്ന് നോവൽ വാങ്ങിച്ചപ്പോൾത്തന്നെ അതിനകത്തു ഉണ്ടായിരുന്നിരി ക്കണം. കടലാസു തുണ്ടിൽ നീല മഷിയിൽ എന്തൊക്കെയോ കുറി ച്ചിട്ടിട്ടുണ്ട്.

സതേൺ ഹൈവേ അല്ലെങ്കിൽ റൂട്ട് 7

അതുമല്ലെങ്കിൽ ലിയോൺ സ്റ്റേഷൻ

നെമോസ്, മോറെ

നെമോസിൽ നിന്ന് വലത്തോട്ട്

സെൻസ് റോഡ് 10 കി.മി

വലത്തോട്ടു തിരിയുക

റെമോവിൽ

ഗ്രാമത്തിലെ അവസാനത്തെ വീട്, വലത്തു ഭാഗത്ത് നെരെ മുന്നിൽ പള്ളി.

പച്ചനിറമുള്ള വാതിൽ

5256631

4325601

ഫോൺ നമ്പറുകൾ രണ്ടും ഉപയോഗശൂന്യം. ഓരോ തവണ ശ്രമിച്ചപ്പോഴും അങ്ങുദൂരെ ആരോ ആരോടൊ സംസാരിക്കുന്നതു

പോലെ ശബ്ദം കേൾക്കാമെന്നല്ലാതെ ഒരൊറ്റ വാക്കും വ്യക്തമല്ല. ഇതെന്തു രഹസ്യനെറ്റ്‌വർക്കാണോ എന്തോ. ഉപയോഗശൂന്യമായ ഫോൺലൈനുകൾ കൂട്ടിച്ചേർത്ത് രഹസ്യസംഘങ്ങൾ പരസ്പരം ബന്ധപ്പെടുകയാണോ?

താളിലെ വടിവില്ലാത്ത കൈപ്പട എന്റേതാവാം, അല്ലെന്നും വരാം. ആരായാലും ധൃതിയിൽ എഴുതിയെടുത്തതു കൊണ്ടാവാം കൈപ്പട മോശമായത്. അതല്ലെങ്കിൽ ആരെങ്കിലും തിരക്കിട്ട് അതി വേഗം പറഞ്ഞതുകൊണ്ടാവാം. അതുമല്ലെങ്കിൽ, ആരെങ്കിലും അതീവ രഹസ്യമായി, മറ്റാരും കേൾക്കാതിരിക്കാൻ പതിഞ്ഞ സ്വരത്തിൽ പറഞ്ഞതുകൊണ്ട് എഴുതിയെടുക്കാൻ ബുദ്ധിമുട്ടായ താവാം.

ഇതിന്റെ വേരിലേക്കു ചെന്നെത്തണമെന്ന് കുറച്ചു മാസങ്ങളായി ഞാൻ ആലോചിച്ചു കൊണ്ടിരിക്കുന്നു. ഓരോ തവണയും നീട്ടി വെയ്ക്കുകയും ചെയ്തു. മാത്രവുമല്ല ആ ചുറ്റുവട്ടമൊക്കെ ഒരു പാടു മാറിയിരിക്കാൻ ഇടയുണ്ട്. പലതും അപ്രത്യക്ഷമായിരിക്കും, പഴയ ജിയോളജിക്കൽ സർവെ മാപ്പില്ലെങ്കിൽ സ്ഥലം കണ്ടെത്താൻ തന്നെ കഴിഞ്ഞില്ലെന്നു വരും.

ഇന്ന് ഞാൻ മനസാ ഉറപ്പിച്ചിരിക്കുന്നു. ഈ തുണ്ടു കടലാസിലെ നിർദ്ദേശങ്ങളനുസരിച്ച് ഞാൻ പോകും. കഴിഞ്ഞ കുറെ മാസ ങ്ങളായി ഇതു തന്നെ ആലോചിച്ചതുകൊണ്ടാകാം നെമോസ് ഇപ്പോഴെനിക്ക് പരിചിതമാണെന്ന പ്രതീതി. ഒരു വേള നെമോസി നപ്പുറം ഞാൻ പോയിട്ടുണ്ടാവില്ല. അല്ലെങ്കിൽ എറ്റേണിറ്റി ബൈ സ്റ്റാഴ്സിൽ പറയുമ്പോലെ എന്റെ ആയിരമായിരം അപരന്മാരിൽ ഒരുത്തൻ അതു വഴി ആ പച്ചക്കതകുള്ള വീട്ടിൽ പോയിരിക്കാം. പല പ്പോഴും ഒരൊറ്റ പാതയെ മുന്നിലുള്ളൂ എന്നു നമ്മൾ വിശ്വസിക്കുന്നു, അപ്പൊഴൊക്കെ നമുക്ക് അദൃശ്യമായിരുന്ന ആയിരമായിരം പാതകളി ലൂടെ നമ്മുടെ ആയിരമായിരം അപരന്മാർ നടന്നു നീങ്ങുന്നു.

അമ്പതു വർഷം മുമ്പ് വാങ്ങിയ ജിയോളജിക്കൽ സർവെ മാപ്പു കൾ ഞാൻ പുറത്തെടുത്തു. അതിൽ നെമോറും ചുറ്റുവട്ടവും അവിട ത്തെ പാതകളും ഇടവഴികളും കൃത്യമായി അടയാളപ്പെടുത്തിയിട്ടുണ്ട്. പക്ഷേ അവയൊന്നും തന്നെ പുതിയ മാപ്പുകളിലില്ല. നെമോറിലെ ത്തണമെങ്കിൽ പഴയ മാപ്പു തന്നെ ശരണം.

വൈകിട്ട് അഞ്ചു മണിക്ക് പുറപ്പെടാനാണ് ഞാൻ ഉദ്ദേശിച്ചത്. സെപ്തംബർ മാസമാണ്, സൂര്യാസ്തമയം വൈകിയിട്ടേ ഉണ്ടാവൂ. വഴി തെറ്റാതിരിക്കാൻ ഞാൻ പഴയതും പുതിയതുമായ മാപ്പുകൾ ഒത്തു നോക്കി ചില പുതിയ വളവുതിരിവുകൾ ഉള്ള സമാന്തരറൂട്ട് കുറിച്ചിട്ടു.

പഴയ കടലാസു തുണ്ടിലെ കൈപ്പടയേക്കാൾ ഉറച്ച, വടിവുള്ള കൈപ്പടയിലാണ് ഞാൻ പുതിയ റൂട്ട് കുറിച്ചിട്ടത്. ഒരോ തിരിവും കൃത്യമായി അടയാളപ്പെടുത്തവേ, ഞാനവിടെ പോയിട്ടുണ്ടെന്നും ഇനിയൊരു മാപ്പിന്റെ ആവശ്യകത എനിക്കില്ലെന്നും തോന്നി ത്തുടങ്ങി. പക്ഷേ ഈ കുറിച്ചിട്ടതു തന്നേയാണോ ശരിയായ പാത?

നാം നടന്നു തീർത്ത പാതകളൊക്കെ നമ്മുടെ സ്മൃതിമണ്ഡല ത്തിൽ പരസ്പരം കൂട്ടിക്കലർത്തപ്പെട്ട അവസ്ഥയിലാണ്. എവിടെ യൊക്കെയാണ് അവ പരസ്പരം കൂട്ടിമുട്ടുന്നതെന്ന് നമുക്ക് ഓർമ്മി ച്ചെടുക്കാൻ ആവുന്നതേയില്ല. ∎

www.ingramcontent.com/pod-product-compliance
Lightning Source LLC
LaVergne TN
LVHW041224080526
838199LV00083B/3298
9789389671261